आरोग्यदायी रानभाज्या

डॉ. मधुकर बाचुळकर

सकाळ प्रकाशन

सकाळ प्रकाशन

आरोग्यदायी रानभाज्या

प्रथमावृत्ती : ऑक्टोबर २०१६

अक्षरजुळणी आणि मांडणी
सकाळ प्रकाशन विभाग

मुखपृष्ठ
मधुमिता शिंदे

प्रकाशक
सकाळ पेपर्स प्रा. लि.
५९५, बुधवार पेठ, पुणे ४११ ००२

ISBN : 978-93-86-204-19-6

अधिक माहितीकरिता
०२०-२४४० ५६७८/८८८८८ ४९०५०
sakalprakashan@esakal.com

रानभाज्या व वनौषधी
यांविषयीचे पारंपरिक ज्ञान
वर्षानुवर्षे जतन करून ठेवलेल्या
आदिवासी व ग्रामस्थ बंधुभगिनींना
मन:पूर्वक अर्पण

मनोगत

अन्न, वस्त्र, निवारा तसेच आरोग्यदायी पर्यावरण या प्रमुख मूलभूत गरजांसाठी मानव संपूर्णतः वनस्पतीसंपदेवर अवलंबून आहे. मानवाच्या आहारात प्रामुख्याने, वनस्पतीपासून मिळणाऱ्या भाज्या, फळे, धान्य, कडधान्य हे मुख्य घटक असतात. वनस्पतींच्या विविध भागांचा आहारात भाजी म्हणून वापर केला जातो. मानवाच्या आहारात असणाऱ्या बहुतांश वनस्पतींची शेतात लागवड केली जाते. जंगलात आढळणाऱ्या अनेक वनस्पतीही मानवी आहाराचा भाग असतात. तसेच, शेतात, बागेत, ओसाड जमिनीवर, रस्त्यांच्या कडेने, परसदारी अनेक प्रकारची तणे, कंद, भाज्या, फळे ऋतुनुसार आपसूक वाढतात. काहींची आता लागवडही केली जाते. अशा 'रानभाज्यां'बाबतची पारंपरिक माहिती खेड्यांत, वनांत राहणाऱ्या, ग्रामीण, आदिवासी स्त्री-पुरुषांना असते. ते पारंपरिक पद्धतीने रानभाज्यांचा आपल्या आहारात सर्रास वापरही करतात. रानभाज्यांचे औषधी गुणधर्मही त्यांना माहिती असतात.

'निसर्ग मित्र, कोल्हापूर' या सेवाभावी संस्थेच्या वतीने कोल्हापूर जिल्ह्यातील विविध ठिकाणी, २०१०मध्ये, आंतरराष्ट्रीय जैवविविधता वर्षानिमित्त रानभाज्यांच्या पाककृतींच्या स्पर्धा आयोजित केल्या होत्या. एक नवीन उपक्रम म्हणून, ग्रामीण आणि शहरी भागात, याला मोठा प्रतिसाद मिळाला. रानभाज्यांचे, रानभाज्यांच्या विविध पाककृतींचे, रानभाज्यांपासून बनवण्यात आलेल्या विविध पदार्थांचे प्रदर्शन भरवण्यात आले. प्रथम तीन क्रमांकाच्या विजेत्यांचा पारितोषिके देऊन सत्कार करण्यात आला.

रानभाज्यांच्या या स्पर्धेतून आम्हास ज्ञात झालेल्या सर्व माहितीचे आम्ही संकलन केले. विविध रानभाज्यांचा वनस्पतीशास्त्रानुसार अभ्यास केला. कोल्हापुरातील आयुर्वेद वैद्य डॉ. अशोक वाली व डॉ. हरिश नांगरे यांच्या सहकार्याने रानभाज्यांच्या औषधी गुणधर्मांची, औषधी उपयोगांची उपयुक्त माहिती संकलित केली. रानभाज्यांची पोस्टर्स तयार करून, विविध उपक्रम व कार्यक्रमांतून रानभाज्या आणि त्यांच्या उपयुक्ततेबाबत जनजागृती केली. रानभाज्यांची शास्त्रीय ओळख, त्यांचा आहारातील उपयोग, औषधी गुणधर्म व वापर अशी सर्वंकष माहिती देणाऱ्या 'रानभाज्यांची ओळख' या आमच्या उपक्रमाला भरपूर प्रसिद्धी मिळाली. या विषयावरील शोधनिबंधही डॉ. सर्जेराव साळुंखे (माजी विभागप्रमुख, समाजशास्त्र विभाग, शिवाजी विद्यापीठ, कोल्हापूर) व मी (अध्यक्ष, निसर्ग मित्र, कोल्हापूर) यांनी कर्नाटक विद्यापीठ, धारवाड येथील राज्यस्तरीय पातळीवरील परिषदेमध्ये सादर केला व रिसर्च जर्नलमध्ये प्रसिद्ध केला.

या उपक्रमातून आम्हास आजरा, चंदगड, गडहिंग्लज, कागल, शाहूवाडी, गगनबावडा, राधानगरी, भुदरगड इत्यादी तालुक्यांतील ज्येष्ठ महिलांकडून अत्यंत उपयुक्त माहिती मिळाली. अशी सर्व माध्यमातून

गोळा होणारी रानभाज्यांची माहिती संकलित करून ती, 'ओळख रानभाज्यांची' या पुस्तकाच्या रूपात ऑक्टोबर, २०१२मध्ये वन्यजीव सप्ताहात प्रसिद्ध केली. या पुस्तकास वाचकांकडून उत्तम प्रतिसाद मिळाला. सर्वात विशेष बाब म्हणजे कोल्हापूर शहरातील काही हॉटेल्समध्ये 'केना' या रानभाजीच्या पानांपासून तयार केली जाणारी भजी ग्राहकांना मिळू लागली आहे. सभोवतालच्या वनस्पती विविधतेची माहिती मिळाल्यास, त्याचा कसा वापर केला जाऊ शकतो, याचे उत्तम उदाहरण निसर्ग मित्र संस्थेने जनतेसमोर ठेवले आहे.

धुळे जिल्ह्यातील 'बारीपाडा' या लहानशा आदिवासी गावात, गेली अनेक वर्षे दरवर्षी ऑक्टोबर महिन्यात 'रानभाज्या महोत्सव' घेतला जातो. हा महोत्सव पाहण्यासाठी व रानभाज्यांचा आस्वाद घेण्यासाठी, महाराष्ट्रातील विविध भागातून अनेक जण दरवर्षी बारीपाड्याला भेट देतात. विशेष महत्त्वाचे म्हणजे, बारीपाडा येथील गावकऱ्यांनी गावात जैवविविधता मंडळाची स्थापना करून परिसरातील जैवविविधता संरक्षण - संवर्धन सुरू केले आहे. हा आदर्श प्रत्येक गावाने, शहराने घेणे आवश्यक आहे, तरच आपली समृद्ध जैवविविधता टिकून राहू शकेल.

गेल्या दोन - तीन वर्षांत 'निसर्ग मित्र'च्या माध्यमातून महिला बचत गट, विविध सामाजिक संस्था तसेच दैनिक सकाळ, कोल्हापूर यांच्या सहकार्याने अनेक ठिकाणी रानभाज्यांची प्रदर्शने व स्पर्धा आयोजित करण्यात आल्या. सकाळ ॲग्रोवन या कृषी दैनिकाचे संपादक श्री. आदिनाथ चव्हाण यांच्या सूचनेनुसार जानेवारी २०१४ ते जुलै २०१५ या कालावधीत 'ओळख रानभाज्यांची' ही लेखमाला प्रसिद्ध करण्यात आली. संपूर्ण महाराष्ट्रातून या लेखमालेस मोठा प्रतिसाद मिळाला. यात सर्वसामान्य वाचक, शेतकरी, वनस्पती व कृषी तज्ज्ञ सर्वांचाच समावेश होता. काही हॉटेल व्यावसायिकांनी रानभाज्यांच्या निवडक पाककृती त्यांच्या हॉटेलमध्ये ग्राहकांना देण्याची इच्छा व्यक्त केली. रानभाज्यांची शेती करता येईल का, याबाबतही अनेक शेतकऱ्यांनी चौकशी केली. 'ॲग्रोवन'मधून प्रसिद्ध झालेल्या या लेखांचा संग्रह पुस्तकरूपाने प्रकाशित करण्याबाबत सूचना सर्वांनीच केल्या केल्या.

'ॲग्रोवन'च्या वाचकांची इच्छा व सकाळ माध्यम समूहाचे सहकार्य यातून 'आरोग्यदायी रानभाज्या' पुस्तकाची निर्मिती झाली आहे. या पुस्तकात ६१ रानभाज्यांची सविस्तर माहिती देण्यात आली आहे. प्रत्येक रानभाजीचे शास्त्रीय नाव, कुळ, स्थानिक नाव, इतर भाषेतील नावे, रानभाज्यांचे आढळस्थान, त्यांची शास्त्रीय ओळख, आरोग्यास पोषक ठरणारे गुणधर्म व विविध पाककृती याबाबतची परिपूर्ण माहिती आणि त्याबरोबरच रानभाज्यांची रंगीत छायाचित्रे पुस्तकात देण्यात आली आहेत. या पुस्तकास वाचकांकडून उत्तम प्रतिसाद मिळेल अशी अपेक्षा आहे.

'निसर्गमित्र' संस्थेचे संस्थापक अध्यक्ष मा. सुरेश शिपूरकर तसेच श्री. अनिल चौगुले, श्री. अनिल वेल्हाळ, डॉ. अशोक वाली व डॉ. हरिश नांगरे या सर्वांचे मनःपूर्वक आभार. सकाळ प्रकाशनाचे श्री. आशुतोष रामगीर तसेच त्यांचे सहकारी या सर्वांचे पुस्तकाच्या उत्कृष्ट निर्मितीबाबत मी आभार मानतो.

निसर्गप्रेमी, आयुर्वेदप्रेमी, आहारतज्ज्ञ, विद्यार्थी, शिक्षक, शेतकरी, महिला व हॉटेल व्यावसायिक सर्वांनाच हे पुस्तक निश्चितच उपयुक्त ठरेल असा विश्वास वाटतो. वाचकांनी आपले अभिप्राय, सूचना अवश्य कळवाव्यात. धन्यवाद!

– डॉ. मधुकर बाचूळकर

अनुक्रम

विषयप्रवेश

निसर्गातील सजीव संपत्ती म्हणजेच, जैवविविधता. कोट्यवधी वर्षांच्या उत्क्रांतीतून जैवविविधता पृथ्वीवर निर्माण होत गेली. आणि त्यातूनच पुढे मानवाचा जन्म झाला. भौगोलिक परिस्थिती, वातावरण व हवामान ज्याप्रमाणे बदलते, त्याचप्रमाणे सजीवांतील विविधता बदलते. उष्णकटिबंधीय प्रदेशात हवामान, वातावरण व भौगोलिक परिस्थितीत मोठी विविधता आहे, म्हणूनच या प्रदेशात जैवविविधता अत्यंत समृद्ध आहे. शीत कटिबंधीय किंवा ध्रुव प्रदेशात मात्र जैवविविधतेचे प्रमाण तुलनेने कमी आहे. पृथ्वीतलावरील जैवविविधतेपैकी सुमारे ७० टक्के जैवविविधता उष्ण कटिबंधातील पर्जन्यवनांत आढळते.

जैवविविधतेचा पहिला शास्त्रीय अभ्यासक कार्ल लिनियस (१७०७-१७७८) हा होय. लिनियसच्या अभ्यासानंतर सुमारे ३०० वर्षांचा कालावधी लोटला, पण जैवविविधतेचा अभ्यास अपूर्णच आहे. फक्त १८ ते २० टक्के सजीव प्रजातींचीच आपणास शास्त्रीय ओळख झाली आहे. अद्यापही सुमारे ८० टक्के सजीव सृष्टी आजच्या विज्ञान-तंत्रज्ञान युगातही मानवास अपरिचितच आहे. मानवाला आज सर्वसाधारणपणे साडेचार लाख इतक्या वनस्पतींच्या प्रजाती ज्ञात आहेत.

मानवाच्या सर्वांगीण शाश्वत विकासात जैवविविधतेचा सहभाग अत्यंत महत्त्वाचा मानला जातो. सजीव सृष्टीतील सर्व घटक, प्रत्येक घटक एकमेकांशी व मानवाशी संबंधित असल्याने जैवविविधतेतील प्रत्येक घटकाचे संरक्षण व त्यांचे संवर्धन होणे आवश्यक आहे. आपल्या सभोवताली असणारी जैवविविधता आपणास उपयुक्त आहे. अन्न, वस्त्र व निवारा तसेच आरोग्यदायी पर्यावरण या मूलभूत गरजांसाठी मानव संपूर्णपणे वनस्पतींवर अवलंबून आहे. निसर्गातील वनस्पती विविधता मानवी जीवनामध्ये अत्यंत महत्त्वाची मानली जाते.

भारतातील जैव विविधता

पृथ्वीतलावरील १७ देश जैवविविधतेने अत्यंत समृद्ध आहेत. अभिमानाची बाब म्हणजे या देशांत आपल्या भारताचा समावेश होतो. आपल्या देशातील उत्तर-पूर्व हिमालय भूप्रदेश (ईशान्य भारत), पश्चिम घाट परिसर, उत्तर-पश्चिम हिमालय भूप्रदेश व अंदमान-निकोबार बेटांचा परिसर हे भारतातील महत्त्वाचे जैवविविधता संपन्न भूप्रदेश म्हणून ओळखले जातात. आपल्या देशात सुमारे ४८ हजार

वनस्पती प्रजातींची नोंद करण्यात आली असून यापैकी १७,५०० प्रजाती सपुष्प वनस्पतींच्या आहेत. भारतात आठ हजार औषधी वनस्पतींच्या प्रजाती आहेत, तर गवतांच्या १२०० प्रजाती आहेत. भारत भू-भौतिक, भौगोलिक व वातावरणीयदृष्ट्या विविधता असणारा देश असल्यानेच आपल्याकडे वनस्पती व प्राण्यांची एक उच्च प्रतीची जैविक विविधता आहे. जगातील एकूण जैवविविधतेच्या ६.७ टक्के जैवविविधतता भारतात आढळते. जगभरातील एकूण वनस्पती संपदेपैकी ७.१ टक्के वनस्पती तर एकूण प्राणी प्रजातींपैकी ६.७ टक्के प्राणी प्रजाती आपल्या देशात वास्तव्य करतात.

जैवविविधतेच्या दृष्टीने भूतलावरील ३५ भूप्रदेश 'अतिसंवेदनशील' म्हणजेच शास्त्रीय भाषेत 'हॉट स्पॉट रिजन्स' म्हणून ओळखले जातात. या भूप्रदेशांत अति दुर्मीळ, संकटग्रस्त व प्रदेशनिष्ठ (इंडेमिक) प्रजातींचे वास्तव्य मोठ्या प्रमाणात आहे, पण या प्रदेशात मानवी हस्तक्षेप प्रचंड प्रमाणावर असल्याने तेथील सजीवांच्या प्रजाती नष्ट होण्याचे प्रमाण अत्यंत वेगवान व चिंताजनक आहे. आपल्या देशातील उत्तरपूर्व हिमालय भूप्रदेश व पश्चिम घाट परिसर जागतिक 'हॉट स्पॉट रिजन्स' म्हणून ओळखले जातात.

महाराष्ट्रातील नंदुरबार, नाशिक, धुळे, अहमदनगर, पुणे, सातारा, सांगली, कोल्हापूर तसेच कोकण विभागातील ठाणे, रायगड, रत्नागिरी व सिंधुदुर्ग जिल्ह्यांचे काही भूभाग या पश्चिम घाट परिसरात असून सुध्दा अत्यंत समृद्ध जैवविविधता आहे. या उत्तर पश्चिम घाटास आपण 'सह्याद्री' म्हणतो. या परिसरात महाराष्ट्रातील १२ जिल्हे व ६२ तालुके समाविष्ट आहेत व येथे अत्यंत समृद्ध जैवविविधता आहे.

वनस्पती विविधता आणि रानभाज्या

अन्नासाठी माणूस विविध पिकांवर अवलंबून असल्याने या पिकांची तो शेतात लागवड करतो. भारतात आज विविध पिकांच्या सुमारे १६६ प्रमुख प्रजाती आहेत. आणि सुमारे ३२० प्रजाती, या पिकांच्या जंगली वाणांच्या आहेत. नवीन संकरित वाण तयार करण्यासाठी जंगली वाणांचा वापर केला जातो.

मानवी आहारात प्रामुख्याने वनस्पतींचा समावेश असतो. धान्य, कडधान्य यांच्यानंतर मानवी आहारातील प्रमुख घटक म्हणजे भाजी. वनस्पतींचे विविध भाग माणसाच्या आहारात भाजी म्हणून वापरले जातात. खोड, पाने, फळे, बिया, कंद, मुळे, फुले यांचा भाजी म्हणून वापर केला जातो. भारतात भाज्यांच्या सुमारे ५५ प्रजाती आहेत. बटाटा, मिरची, टोमॅटो, कोबी, फ्लॉवर यांसारख्या भाज्यांच्या अनेक प्रजाती विदेशी असून विविध देशांतून या प्रजाती शेकडो वर्षांपूर्वी भारतात आल्या आहेत. भाजीसाठी वापरल्या जाणाऱ्या बहुतांश वनस्पतींची शेतात लागवड केली जाते.

अलीकडील काळात बाजारपेठेत भाज्यांची मागणी मोठ्या प्रमाणात वाढली आहे. यामुळे भाजी उत्पादनात वाढ करण्यासाठी आज अमर्यादित प्रमाणात रासायनिक खतांचा, रासायनिक द्रव्यांचा शेतकरी वापर करीत आहेत. यामुळे उत्पादनात, भाज्यांच्या प्रमाणात वाढ झाली आहे, पण त्यांची नैसर्गिक चव, पोषणमूल्यांचे प्रमाण कमी होत चालले आहे. यामुळे पिकांवर जिवाणू, विषाणू, बुरशी व कीटकजन्य रोगांचा मोठ्या प्रमाणात प्रादुर्भाव होऊ लागला आहे. या रोगांना आटोक्यात आणण्यासाठी शेतकरी पिकांवर मोठ्या प्रमाणात विषारी, रासायनिक जिवाणू-विषाणूनाशके,

बुरशीनाशके, कीटकनाशके फवारतात. अशा भाज्यांच्या वापरामुळे माणसांमध्ये सांधेदुखी, कॅन्सर, अल्सर, घशाचे, पोटाचे विकार इत्यादी होऊ लागले आहेत. यासाठी सर्वांनी पारंपरिक भाजी पिकांना पर्याय म्हणून रानभाज्यांचा विचार अवश्य केला पाहिजे.

आपल्या सभोवताली समृद्ध वनस्पती संपदा आहे. शेतात, ओसाड जमिनीवर, बागेत, परसात, जंगलात अनेक वनस्पती आहेत, काही तणे आहेत. यातील काहींचा आपणास रानभाज्या म्हणून वापर करता येतो. पण यासाठी आपल्या सभोवताली असणाऱ्या वनस्पतींची ओळख व त्यांचा उपयोग याबाबतची प्राथमिक स्वरूपाची माहिती असणे आवश्यक आहे.

या प्रकारची माहिती खेड्यात, वनांत राहणाऱ्यांना, ग्रामीण भागातील महिलांना, ग्रामस्थांना असते. ते पारंपरिक पद्धतीने अशा वनस्पतींचा आपल्या आहारात भाजी म्हणून सर्रास वापर करतात. अशा रानभाज्यांची सर्वांना ओळख व्हावी व त्यांनी त्यांच्या आहारात रानभाज्यांचा वापर करावा या हेतूने *आरोग्यदायी रानभाज्या* या पुस्तकाचे लिखाण केले आहे. या आगळ्यावेगळ्या विषयावरील पुस्तकास वाचकांकडून उत्तम प्रतिसाद मिळेल असा विश्वास वाटतो. या पुस्तकात रानभाज्यांची माहिती, त्याची स्थानिक व शास्त्रीय नावे, त्यांचे शास्त्रीय कुळ, छायाचित्र, त्यांचे औषधी गुणधर्म व उपयोग आणि पाककृती याबाबतची माहिती दिली आहे.

• • •

भाज्यांचे आहारातील महत्त्व

निसर्गात आढळणाऱ्या विविध रानभाज्यांची ओळख करून घेण्यापूर्वी आपण या प्रथम भाज्यांचे आहारातील महत्त्व जाणून घेऊ. भाज्या म्हणून विविध वनस्पतींचा वापर आपण आहारात करतो. त्यांचे विविध भाग भाजी तयार करण्यासाठी वापरले जातात. खोड (बटाटा), मूळ (गाजर), पाने (पालक), कंद (सुरण), फुले (फ्लॉवर), फळे (वांगे), बिया (मटार) यांचा भाजी म्हणून वापर केला जातो, पण आहारात जास्त महत्त्व पालेभाज्यांचे आहे. आहारात तुलनेने पालेभाज्या जास्त महत्त्वाच्या मानल्या जातात. पालेभाज्यांत प्रामुख्याने पानांचा व कोवळ्या खोडांचा वापर करतात.

भाज्यांमध्ये अनेक घटक असतात. पालेभाज्यांतील एक महत्त्वाचा घटक म्हणजे तंतुमय पदार्थ. मानवी पाचक रसांद्वारे सर्व पदार्थांचे पचन होत नाही. पचलेल्या पदार्थांचे शोषण आतड्यांद्वारे होते. जे पदार्थ शोषले जात नाहीत, त्या पदार्थांपासून उष्मांक उत्पन्न होत नाहीत. या पदार्थांना 'तंतू' किंवा 'फायबर' म्हणतात. सर्व प्रकारच्या भाज्या, पालेभाज्यांची पाने, शिरा, देठे, फळांची साल, तसेच खोडांत तंतू बऱ्याच प्रमाणात असतात. या तंतूंनाच 'चोथा' म्हणतात. पालेभाज्यांमध्ये तंतुमय पदार्थ अधिक प्रमाणात असतात.

भाज्यांमध्ये जीवनसत्त्वे व खनिजे (मिनरल्स) मोठ्या प्रमाणात असतात. ती आतड्यांद्वारे शोषली जातात. त्यामुळे शरीराला चांगले पोषण मिळते. तंतुमय पदार्थ लहान आतड्यांत शोषले जात नाहीत, त्यामुळे ते जसेच्या तसे मोठ्या आतड्यांत येतात. त्यामुळे मलविसर्जनास मदत होते. यामुळे बद्धकोष्ठता, मूळव्याध, अपेंडीसायटीस, कोलायटीस किंवा इतर आतड्यांचे विकार होत नाहीत. मोठ्या आतड्यात जंतूंपासून निर्माण होणारे हानिकारक द्रव्य तसेच इतर सेंद्रिय पदार्थ तंतू शोषून घेतात आणि शरीराबाहेर टाकण्यास महत्त्वाची मदत करतात.

प्रकृती निरोगी राहण्यासाठी आहारात पालेभाज्या व इतर भाज्या अत्यंत आवश्यक आहेत. पालेभाज्या 'सारक' असतात, म्हणूनच स्थूल शरीर असणाऱ्यांनी तसेच मधुमेह, बद्धकोष्ठ, अपचनाचे विकार असणाऱ्यांनी इतरांपेक्षा अधिक प्रमाणात पालेभाज्या खाव्यात. पालेभाज्यांत तंतूप्रमाणेच पाणीही जास्त प्रमाणात असते. कर्बोदके, प्रथिने व स्निग्ध पदार्थ प्रत्येक पालेभाजीत व इतर भाज्यांत कमी अधिक प्रमाणात असतात.

बैठे काम, व्यायामाचा अभाव, वेळी अवेळी खाणे, यामुळे शौचास साफ न होणे, बद्धकोष्ठता, मूळव्याध, अल्सर, पित्ताचा त्रास आदी विकारांचे प्रमाण अलीकडील काळात वाढले आहे. सर्वसामान्यांना मोठ्या प्रमाणात या विकारांचा त्रास जाणवू लागला आहे. याचे महत्त्वाचे कारण आहे, आधुनिक जीवनशैलीतील आहार.

षड्रसांनी युक्त आहार शरीराचे पोषण करतो. पण आजच्या धावपळीच्या जीवनात आपण काय खातो आहोत, याचा विचार करावयासही वेळ नाही. ब्रेड, बिस्किट, पिझ्झा, बर्गर अशा सर्व मैदायुक्त खाद्यपदार्थांनी 'फास्ट फूड' प्रकारच्या अंगातील प्रतिकारशक्ती कमी करून शरीराचा स्थूलपणा फक्त वाढवला आहे. भाज्या, पालेभाज्या आहारात असल्यामुळे आहारात समतोलपणा येतोच. हल्ली भाज्या, पालेभाज्या आहारात वापरण्याचे प्रमाण घटले आहे, म्हणूनच आपल्या समतोल आहारात भाज्यांच्या वाढत्या वापराबद्दल सजगता निर्माण होणे गरजेचे आहे.

जीवनसत्त्वयुक्त भाज्या

जीवनसत्त्वे व खनिजे भाज्यांत, पालेभाज्यांत मुबलक प्रमाणात असतात, मात्र त्यांचे प्रमाण प्रत्येक भाजीत वेगवेगळे असते. भाज्यांत प्रामुख्याने कॅल्शिअम, लोह, सोडिअम, पोटॅशिअम व आयोडिन ही खनिजे असतात. माठ, मेथी, शेवग्याचा पाला यामध्ये कॅल्शिअम आढळते. स्नायूंच्या कार्याकरिता, हाडे, दात बळकटीसाठी, रक्त गोठण्याच्या प्रक्रियेसाठी कॅल्शिअमची आवश्यकता असते. मेथी, माठ, आळू, कोथिंबीर, लाल माठ अशा अनेक पालेभाज्यांत लोह असते. रक्तक्षय असणाऱ्यांनी हिमोग्लोबीन वाढविण्यासाठी पालेभाज्या खाणे जास्त आवश्यक आहे. सोडिअम, पोटॅशिअम, आयोडिन, कोबाल्ट, मँगनीज, झिंक वगैरे शरीराला आवश्यक असणारी खनिजे प्रामुख्याने पालेभाज्यांतच असतात.

प्रत्येक व्यक्तीने रोज १०० ते १२५ ग्रॅम पालेभाज्या, भाज्या खाण्याची आवश्यकता आहे. रक्तदाब (ब्लडप्रेशर) जास्त असणाऱ्या व्यक्तींनी करडई, पालक, मुळ्याची पाने, पुदिना, राजगिरा, चवळी यांसारख्या सोडिअम असणाऱ्या भाज्या अल्प प्रमाणात खाव्यात. आम्लपित्त असणाऱ्यांनी मेथी, पुदिना, कोथिंबीर या भाज्या कमी प्रमाणात खाव्यात. माठ, पालक, आळूची पाने, मुळ्याचा पाला, कोबी, शेपू, कोथिंबीर, पुदिना, कढीपत्ता, गाजर या भाज्यांमध्ये 'अ' जीवनसत्त्व असते. सर्व प्रकारच्या पालेभाज्यांमधून शरीरास 'ब' जीवनसत्त्व मिळते. जखमा भरण्यास, उत्साह आणि तरतरी येण्यास तसेच त्वचा सुंदर व टवटवीत ठेवण्यात 'क' जीवनसत्त्व उपयोगी असते. ताज्या पालेभाज्यांतून शरीरास 'क' जीवनसत्त्व मोठ्या प्रमाणात मिळते.

सर्वसाधारणपणे आपल्या देशातील महिलांच्या रक्तात हिमोग्लोबिनचे प्रमाण कमी आढळते. याचे मुख्य कारण आहे समतोल आहाराचा अभाव. भाज्या, पालेभाज्या आहारात असल्यामुळे आहारात समतोलपणा येतो. भाज्यांमध्ये एक विशिष्ट प्रक्रिया करण्याची क्षमता असते. आपल्या पेशींमधील चयापचयाच्या क्रियेमधून शरीरात घातक अशी विषारी द्रव्ये तयार होतात, त्यांना 'ऑक्सिडंट्स' असे म्हणतात. त्यामुळे पेशींचे कार्य हळूहळू बिघडू लागते. परिणामी शरीर लवकर थकते, आयुर्मर्यादा कमी होते, अकाली वृद्धत्त्व येते. हे सर्व टाळण्याकरिता पालेभाज्या व फळे खाल्ल्यास घातक

द्रव्यांचा नाश होतो. द्रव्यांच्या विरुद्ध कार्य करणारी 'अँटिऑक्सिडंट' कार्यरत राहतात. शरीर निरोगी राहण्याकरिता दीर्घायुष्य लाभण्याकरिता पालेभाज्या आहारातून सर्वांनी अवश्य खाव्यात.

जरा बदल म्हणून, शरीरस्वास्थ्याला हितकर म्हणून नेहमीच्या भाज्यांबरोबरच आपण रानभाज्या खायलाच हव्यात. पावसाळ्यात रानभाज्या आपोआप उगवतात. यासाठी जमीन नांगरावी लागत नाही, त्यांची लागवड करावी लागत नाही, कीटकनाशके फवारावी लागत नाहीत. खतपाणी द्यावे लागत नाही. लागवड खर्च, देखभाल खर्च करावा लागत नाही. त्यामुळे त्यांची नैसर्गिक चव नष्ट झालेली नाही. उपयुक्त घटकांमध्ये बदल झालेला नाही. रानभाज्यांवर रोगांचा, किडी-कीटकांचा प्रादुर्भाव झालेला नसतो. यामुळे रानभाज्या आरोग्याच्या दृष्टीने निश्चितच जास्त उपयुक्त आहेत.

पिढ्यान्‌पिढ्या वापरल्या जाणाऱ्या रानभाज्या, विशिष्ट हंगामात येणाऱ्या जंगली वनस्पती आपल्या आहारातून केव्हाच कालबाह्य झाल्या आहेत. शहरातच नव्हे, तर खेड्यापाड्यातील लोकही रानभाज्यांची ओळख पूर्णपणे विसरून गेले आहेत. सगळीकडे फ्लॉवर, कोबी, बटाटा, दुधीभोपळा, टोमॅटो अशा ठराविक भाज्यांची रेलचेल आहे. आपले हे पारंपरिक ज्ञान नष्ट होण्यापूर्वी शक्य तितक्या रानभाज्यांची माहिती सर्वांसमोर, प्रामुख्याने शेतकऱ्यांच्या व महिलांच्या समोर येणे आवश्यक आहे. रानभाज्यांची सरस अशी पाककृती कशी करता येईल, याचाही प्रयत्न होणे गरजेचे आहे. मुली, स्त्रिया तसेच खवय्या लोकांनी रानभाज्यांचा प्रचार-प्रसार केल्यास, सर्वांनी रानभाज्यांचा आहारात उपयोग केल्यास ॲनिमिया, मधुमेह, स्थूलपणा, मासिक पाळीच्या तक्रारी हे विकार दूर ठेवता येतील. समृद्ध भारत, हा जैवविविधतेत 'सुजलाम् सुफलाम्' असलेल्या भारतातूनच निर्माण व्हायला पाहिजे, परदेशाचा प्रभाव असलेल्या आहारातून नव्हे.

अळू

शास्त्रीय नाव	:	*Colocasia esculenta* (कोलोकॅसिया एसक्युलेनटा)
कुळ	:	Araceae (अँरएसी)
स्थानिक नावे	:	आरवी
हिंदी नाव	:	कचू
गुजराती नावे	:	कंचू, अरवी
संस्कृत नावे	:	कच्वी

अळू पाणथळ व दलदलीच्या ठिकाणी सर्वत्र वाढलेली आढळते. काही ठिकाणी ती नैसर्गिकपणे वाढते तर काही ठिकाणी अळूची लागवडही करतात. महाराष्ट्रात ही वनस्पती सर्वत्र आढळते. अळू ही कंदवर्गीय वनस्पती आहे. अळूच्या दोन जाती आहेत. एक हिरवट-पांढरी व दुसरी काळी. या वनस्पतीस जमिनीत लहान गोलाकार कंद असतो. कंद आतून पांढरे असतात. कंदात पुष्कळ पीठ असते. पाने कंदापासून तयार होतात. पानांचा देठ एक मीटर लांब असतो. देठाच्या टोकावर हृदयाकृती साधे पान. पानाची लांबी व रुंदी १५ ते ५० सें.मी.

पानांच्या बेचक्यातून, तळापासून लंबगोलाकार पुष्पमंजिरी तयार होते. पुष्पमंजिरी देठासहित ५० सें.मी. लांब. पुष्पमंजिरीच्या टोकावर १५ ते ३५ सें.मी. लांब पिवळसर रंगाचे जाड आवरण असते. आतील बाजूस पुष्पदांड्यावर लहान, देठरहित पिवळसर पांढरी व हिरवट रंगाची मादी व नर फुले असतात. नर फुले हिरवट रंगाची. दोन ते चार पुंकेसर. मादी फुले पिवळसर रंगाची, बीजांडकोश एक कप्पी. फळे पुष्पदांड्याच्या टोकावर येतात. फळे लांबट गोलाकार बिया अनेक लहान, गोलाकार.

औषधी गुणधर्म

अळूच्या देठाचा रस लहान रक्तवाहिन्यांचे संकोचन करतो. जखमेवर रस चोळल्याने रक्त वाहणे बंद होऊन जखमही लवकर भरून येते. पानांचे देठ मिठाबरोबर वाटून सुजलेल्या गाठी बसण्यास लेप करतात. अळूची काळी जात औषधात वापरतात. अळूच्या पानांची, देठांची व कंदाची भाजी करतात. यकृतजन्य विकारात व अर्शरोगात अळूच्या कंदाची भाजी देतात. ही भाजी मूळव्याधीला सुद्धा हितावह आहे. अळूच्या पानांपासून वड्या तयार करतात; पण पानांच्या वडीने गॅसेसचा त्रास होतो. अळूच्या पानांपासून फतफते किंवा गरगटेसारखी पातळभाजी डाळ व शेंगदाणे, चिंच घालून करतात. याने बद्धकोष्ठता कमी होते.

अळूची देठांची भाजी

साहित्य : चार-पाच अळूच्या देठी, तिखट, मीठ, पाव वाटी चिंचेचा कोळ, शेंगदाण्याचे कूट, फोडणीचे साहित्य, गोडा मसाला, मेथी, हिंग, कढीपत्ता इत्यादी.

कृती : अळूचे देठ सोलून त्याचे इंचाइंचाचे लहान तुकडे कापावेत. ते पाण्यात टाकावेत. नंतर फोडणीला टाकून अर्धवट बुडतील एवढे गरम पाणी घालावे. फोडणीत अर्धा चमचा मेथीचे दाणे टाकावेत. देठ चांगले शिजले, की पाव वाटी चिंचेचा कोळ, त्याच्या दुप्पट गूळ, तिखट, चवीप्रमाणे मीठ, मसाला, दाण्याचे कूट सर्व कालवून त्यात ओतावे. भाजी चांगली उकळावी.

अळूचे देठ परतताना थोडीशीच फोडणी घालावी. भाजी उकळली, की हिंगाची, वरून कढीपत्ता घातलेली फोडणी घालावी व झाकून ठेवावी.

(याच भाजीत अळूच्या पानांच्या गाठी मारून फोडणीत टाकल्यासही चांगल्या लागतात.)

अळूच्या वड्यांची मसाला भाजी

साहित्य : अळूची पाच-सहा पाने, एक वाटी बेसन, थोडीशी चिंच, एक कांदा, तीन-चार लसणाच्या पाकळ्या, तेल, एक चमचा धणे, दोन चमचे गरम मसाला किंवा गोडा मसाला, सहा लाल मिरच्या, अर्धी वाटी कोथिंबीर, आले एक इंच, एक लाल टोमॅटो, पाव वाटी खोबरे, मीठ, तिखट इत्यादी.

कृती : अळूची पाने स्वच्छ धुऊन पुसून घ्यावीत. दहा मिनिटे चिंच भिजत घालावी. भिजल्यावर चांगली कुस्करून घ्यावी. चिंचेच्या पाण्यात अर्धा चमचा तिखट, मीठ, बेसन घालून मिश्रण भज्यांच्या पिठासारखे भिजवावे.

पानांचे देठ काढून एक पान (देठ आपल्या बाजूला करून) खाली ठेवावे. त्यावर भिजवलेले बेसन पसरावे. मग त्यावर दुसरे पान ठेवावे. परत दुसऱ्यावर बेसन पसरवावे. अशी एकावर एक चार पाने ठेवावीत. नंतर ती पाने हळूहळू खालून दुमडावीत आणि गुंडाळी तयार करावी. अशा दोन-तीन गुंडाळ्या कराव्यात. एका पातेल्यात पाणी उकळत ठेवून त्यावर तेल लावून चाळणी ठेवावी. त्यात तेल लावून गुंडाळ्या ठेवाव्यात.

झाकण ठेवून पंधरा मिनिटे वाफवावेत. गुंडाळ्या बाहेर काढून थंड होऊ द्याव्यात. सुरीने आडव्या कापून केळीच्या कापासारख्या गोल वड्या पाडाव्यात.

वड्या खायच्या असल्यास, तव्यावर थोडेसे तेल टाकावे व जिऱ्याची फोडणी करून वड्या खमंग भाजाव्यात. टोमॅटो सॉस किंवा चिंचेच्या गोड चटणीसोबत खायला घ्याव्यात. नाहीतर शेवभाजीप्रमाणे मसाल्याची भाजी करून, त्यात न भाजलेल्या वड्या टाकाव्यात.

(चिंचेमुळे अळुवड्या खाल्ल्यावर घसा खवखवत नाही)

अळूगाठी भाजी

पावसात रुजून येणारे 'तेर अळू' हेसुद्धा काळ्या अळूएवढेच कोकणातल्या लोकांना प्रिय आहे. अळूगाठी भाजी ही फक्त काळ्या किंवा तेर अळूच्या पानांची करतात. यात अळूच्या देठांचा वापर करत नाहीत. या भाजीसाठी अळूची पाने धुऊन पाटाखाली दाब देऊन ठेवतात. या पानांच्या उभ्या पट्ट्या कापून, गुंडाळून त्यांच्या गाठी करतात. मग या गाठी भाजीसाठी वापरतात.

साहित्य : अळूच्या पानांच्या गाठी, धणे, मिरी, ओल्या मिरच्या, ओले खोबरे, मीठ, आमसूल किंवा चिंच, गूळ, हळद, फोडणीसाठी मोहरी व मुठले (कोकम तेल), तांदळाची पिठी, भिजवलेले वाटाणे किंवा चवळी.

कृती : अळूच्या गाठी वाफवून घ्याव्यात. धणे, मिरी, ओल्या मिरच्या व ओले खोबरे बारीक वाटावे. गाठी मऊ झाल्या की, त्यावर चिमूटभर हळद, मीठ, चवीपुरता गूळ, तांदळाचे भिजवलेले पीठ व तयार वाटण घालून चांगली उकळी काढावी. त्यात आमसूल किंवा चिंचेचा कोळ (आंबटपणासाठी) घालावा. (आंबाड्याच्या दिवसांत त्यात आंबटपणासाठी लाल आंबाडे घातले, तर चव आणखी छान लागते.) या भाजीत भिजवलेले काळे वाटाणे किंवा चवळी किंवा फणसाच्या आठळ्यांचे तुकडे भिजवून घातले, तर भाजी आणखीन रूचकर लागते. या भाजीत लोहाचे प्रमाण अधिक असते.

अळूची भगरा भाजी

साहित्य : अळूची चार-पाच पाने, चिंचेचा कोळ, गूळ, तिखट, ओले खोबरे, हरभऱ्याच्या डाळीचे पीठ किंवा भाजणी, फोडणीचे साहित्य, तेल, मीठ इत्यादी

कृती : अळूची पाने शिरा काढून बारीक चिरून घ्यावीत. फोडणी करून पाने वाफवावीत. त्यावर चिंचेच्या कोळाचे पाणी अर्धी वाटी शिंपडावे. चांगली वाफ आल्यावर मीठ, गूळ, तिखट घालून ढवळावे. थोडा रस सुटेल. त्यावर डाळीचे पीठ वा नेहमीची भाजणी थोडी पेरून ढवळावी. साधारण अर्धा ते पाऊण वाटी पीठ लागेल. ओले खोबरे घालून मंद आचेवर चांगल्या वाफा आणाव्यात.

अळकुड्यांची भाजी

(अळूचे कंद खणल्यावर त्यांना बाजूला जे फाटे वा मुळ्या फुटलेल्या असतात, त्यांना 'अळकुड्या', असे म्हणतात. कंदाबरोबर त्याही अलगद खणून काढतात. त्या बरेच दिवस टिकू शकतात आणि अतिशय पौष्टिक असतात. आजकाल त्या शहरात भाजीवाल्यांकडेही मिळतात.)

साहित्य : अळकुड्या पाव किलो, तीन-चार आमसुले, एक चमचा गोडा मसाला, एक मोठा चमचा तिखट, मीठ, गूळ, एक-दीड वाटी ओले खोबरे, जिरे, मोहरी, हिंग, तूप, लाल मिरच्या इत्यादी.

कृती : अळकुड्या स्वच्छ धुऊन पाण्यात टाकून उकडाव्यात. उकडताना त्यात आमसूल टाकावे. निवल्यावर त्या सोलून त्यांचे बेताच्या आकाराचे तुकडे करावेत. तेलाच्या फोडणीवर मोहरी, जिरे, हिंग घालून हे तुकडे फोडणीला टाकावेत. मीठ, गूळ, तिखट, गोडा मसाला टाकून ढवळावे. जरुरीप्रमाणे पाण्याचा हबका मारावा. ओले खोबरे घालून परतावे व वाफ आणावी. तुपाजिऱ्याची फोडणी करून, लाल मिरच्यांचे तुकडे, मीठ, गूळ, खोबरे घातल्यास ही भाजी उपवासालाही चालते.

वेगळ्या प्रकारची अळूवडी

साहित्य : अळूची पाने, पाऊण वाटी तांदूळ, अर्धी वाटी तूरडाळ, एक वाटी ओले खोबरे, पाच - सहा लाल मिरच्या, चिंच, गूळ, हिंग, मीठ इत्यादी.

कृती : डाळ व तांदूळ चार तास वेगवेगळे भिजत घालावे. थोड्या तेलावर लाल मिरच्यांचे तुकडे परतून घ्यावेत. चिंचेचा कोळ तयार करावा. खोबरे व मिरच्या वाटून घ्याव्यात. डाळ व तांदूळ वाटून घ्यावे, नंतर हिंग, मीठ, गूळ, चिंचेचा कोळ व वाटण घालावे. मिश्रण नीट कालवून घ्यावे. अळूच्या पानांच्या मागच्या बाजूस हे पीठ लावून तीन-चार पानांच्या गुंडाळ्या कराव्यात आणि वाफवून घ्यावेत. गार झाल्यावर वड्या कापाव्या व तेलाच्या फोडणीवर टाकाव्या.

नारळाच्या रसातील अळूवडी

साहित्य : अळूची पाने, दोन कांदे, अर्धा नारळ, दोन वाट्या डाळीचे पीठ, तिखट, मीठ, हिंग, हळद, गूळ, चिंच इत्यादी

कृती : नारळाचे दूध तयार करावे. चिंचेचा कोळ तयार करावा. नंतर डाळीचे पीठ, बारीक चिरलेला कांदा, चिंचेचा कोळ, गूळ, हिंग, हळद, मीठ व थोडे पाणी घालून सर्व मिश्रण एकत्र करून त्यात थोडे तेलाचे मोहन घालावे व साधारण घट्टसर पीठ भिजवावे.

अळूच्या पानाला पिठाचे मिश्रण लावून चार-चार पानांचे उंडे तयार करावेत. नंतर हे उंडे वाफवून घ्यावेत, गार झाल्यावर त्याच्या वड्या कापाव्यात. पॅनमध्ये तेल घालून त्यावर अळूवड्या टाकाव्यात व परतून घ्याव्यात. नंतर नारळाचे दूध घालावे व मंद गॅसवर ठेवावे. १५ ते २० मिनिटांनी उतरवावे. या पद्धती कोकणात 'भरली वड्या' असे म्हणतात.

अळूची पातळ भाजी

साहित्य : अळूची पाने, आंबट चुका, मुळा, अर्धी वाटी हरभरा डाळ, अर्धी वाटी कच्चे शेंगदाणे, सुक्या खोबऱ्याचे काप, चिंच, चार हिरव्या मिरच्या, अर्धी वाटी ओले खोबरे, मेथी, कढीपत्ता, तिखट, मीठ, गूळ, काळा मसाला इत्यादी.

कृती : आदल्या दिवशी हरभरा डाळ व शेंगदाणे वेगवेगळे भिजत घालावेत. अळूची पाने बारीक चिरावीत. देठी सोलून बारीक चिरावी. चुका बारीक चिरावा. मुळा उभा चिरून त्याचे काप करावेत. पातेल्यात तेल घालून त्यावर अळूचा पाला व देठी घालून जरा परतावे. दुसऱ्या पातेल्यात भिजलेली डाळ, दाणे, चुका, मुळा व परतलेला अळूचा पाला व देठी घालून कुकरमध्ये शिजवून घ्यावे. भाजी शिजल्यावर त्यातील पाणी बाजूला करून भाजी घोटून घ्यावी. घोटताना त्यात डाळीचे पीठ घालावे. नंतर जास्त तेलाची, हिंग, मोहरी, हळद घालून फोडणी करावी. फोडणीतच मेथी व कढीपत्ता घालावा. नंतर शिजलेली भाजी, चिंचेचा कोळ, तिखट, मीठ, गूळ, काळा मसाला घालून उकळावे व जरा आटल्यावर उतरवावे.

अळूचा पळवा

साहित्य : अळूची पाने, चिंच, तिखट, मीठ, गूळ, भाजणी, तेल, हिंग, मोहरी, हळद इत्यादी

कृती : अळूची पाने बारीक चिरून घ्यावीत. नंतर चिंचेचे पाणी, तिखट, मीठ, गूळ, भाजणी व अळूची चिरलेली पाने हे सर्व मिश्रण एकत्र करावे. हे मिश्रण साधारण घट्टसर असावे. नंतर तेलाची, हिंग, मोहरी, हळद घालून फोडणी करावी. त्यावर भाजणी घालून हलवावे. झाकण ठेवून वाफ आणावी. कडेने थोडे तेल सोडावे व शिजले की उतरवावे.

अळूच्या कंदाची भाजी

साहित्य : अळूचे कंद पाव किलो, बटाटे दोन, चिंचेचा कोळ अर्धी वाटी, बारीक चिरलेली हिरवी मिरची, जिरे, चाट मसाला, लाल तिखट, दही, गूळ, चिरलेली कोथिंबीर, मीठ, तेल इत्यादी.

कृती : अळूचे कंद व बटाटे थोड्या मिठाच्या पाण्यात वाफवून घ्यावेत. गार झाल्यावर सोलून त्याच्या गोल चकत्या कराव्यात व थोडा चिंचेचा कोळ लावावा. कढईत तेल तापवून त्यात जिरे व मिरचीचे तुकडे फोडणीला टाकावेत. त्यावर चकत्या घालून परताव्यात. मीठ घालावे. नंतर ते पातेल्यात काढून त्यावर दही व उरलेल्या चिंचेत गूळ मिसळून तो कोळ घालावा. वरून तिखट, चाट मसाला, मीठ व कोथिंबीर घालून वाढावे.

अळूच्या पानांचा झुणका

साहित्य : अळूची पाने, कांदा, हरभरा डाळीचे पीठ, तेल, तिखट, मीठ, फोडणीचे साहित्य, चिंच इत्यादी

कृती : अळूची पाने बारीक चिरावी, कांदा चिरावा. चिरलेल्या पानांमध्ये डाळीचे पीठ, हळद, मीठ घालून एकजीव करावे. चिंचेचा कोळ तयार करावा. जिरे, मोहरीची फोडणी करावी, त्यात चिरलेला कांदा घालावा, नंतर एकजीव केलेले मिश्रण घालावे. त्यावर चिंचेचे पाणी शिंपडावे. सर्व अलगद एकत्र करून मंद गॅसवर पाच मिनिटे झाकून ठेवून झुणका वाफवावा. हलवून परत पाच मिनिट वाफवावा.

अळूच्या देठांचे रायते

साहित्य : दोन वाट्या अळूचे देठ सोलून व चिरून, तूप, दही, ताक, जिरे, हिंग, चिरलेली हिरवी मिरची, दाणेकूट, नारळचव, कोथिंबीर, मीठ, साखर इत्यादी.

कृती : चिरलेले देठ तुपात जिरे, मिरची घालून परतावे. ताक व मीठ घालून शिजवावे. त्यात साखर, दाणेकूट, कोथिंबीर व साखर घालावी. शेवटी नारळचव घालून मध्यम जाडसर रायते करावे.

आघाडा

शास्त्रीय नाव	:	*Acyranthes aspera* (ॲचरॅनथस ॲस्पेरा)
कुळ	:	Amaranthaceae (ॲमरानथेसी)
इंग्लिश नाव	:	Prickly Chaf Flower (प्रिकली चॉफ फ्लॉवर)
स्थानिक नावे	:	आगाडा
हिंदी नावे	:	चिरचिरा, लुटजिरा
गुजराती नाव	:	अघेडो
संस्कृत	:	अपामार्ग

आघाडा ही वर्षायू रोपवर्गीय वनस्पती पावसाळ्यात, जंगलात, ओसाड, पडीक जमिनीवर, रस्त्यांच्या कडेने, शेतात सर्वत्र आढळते. ही वनस्पती भारत, बलुचिस्तान, श्रीलंका, आफ्रिका, अमेरिका, ऑस्ट्रेलिया येथे आढळते. प्रामुख्याने उष्ण कटिबंधीय प्रदेशात भारतात, महाराष्ट्रात सर्वत्र ही वनस्पती वाढते.

खोड साधारण मीटरभर उंच, ताठ वाढणारे. फांद्या चौकोनी, रेषांकित. पाने साधी, एका समोर एक, ३.५ - ६.८ सें.मी. २.५ x ४.५ सें.मी, व्यस्त अंडाकृती किंवा लंबगोलाकार, मृदू केसाळ, फिकट हिरव्या रंगाची. पानांना राखाडी रंगाची झाक, मागील बाजू पांढरट - राखाडी. देठ लहान, लवयुक्त. फुले लहान, द्विलिंगी, नियमित, हिरवट रंगाची. फुलांचे दांडे फांद्यांच्या टोकांवर येतात. फुलांचे दांडे ४० ते ५० सें.मी. लांब, टोकांजवळ साधारण खाली झुकलेले. पाकळ्या पाच, हिरवट-पांढऱ्या. पाच पुंकेसर. बीजांडकोश एककप्पी. फळे लहान, आयताकृती दंडगोलाकार, परिदलमंडलात झाकलेली. फळांवर लहान-टोकदार काटे असल्याने अंगाला, कपड्यांना चिकटतात. आघाड्याला ऑक्टोबर ते डिसेंबर महिन्यात फुले - फळे येतात. आघाडा गणपतीला वाहण्याची प्रथा असल्याने ही वनस्पती सर्वांना माहितीची, परिचयाची आहे.

औषधी गुणधर्म

आघाडा ही औषधी वनस्पती आहे. तिची मुळे, पाने, फुले, फळे (पंचांग) औषधात वापरतात. ही वनस्पती वाळवून, सुकवून नंतर ती जाळून तिची राख पाण्यात मिसळतात. वस्त्रगाळ करून गाळलेले पाणी उन्हात सुकवतात, त्यापासून मिठासारखा क्षार जमतो. यामध्ये चुना, लोह, जवखार, मीठ, गंधक, सोराखार इत्यादी घटक असतात. आघाड्याची राख वैद्यकीय द्रवात अग्रगण्य आहे.

आघाड्याचा क्षार, मज्जातंतू व हाडांना तसेच रक्तकणांना उपयुक्त आहे.

आघाडा कडू, तिखट, उष्ण, रेचक, दीपक, वायुनाशी, आम्लतानाशक, रक्तवर्धक, मूत्रजनक, मूत्राम्लतानाशक, स्वेदजनन, कफघ्न, पित्तसारक गुणधर्माचा आहे. ही वनस्पती भूक वाढवणारी, वात, हृदयरोग, मूळव्याध, पोटदुखी, जलोदर, अपचन, आमांश, रक्तरोग, श्वासनलिका दाह इत्यादी रोग व विकारांत उपयुक्त आहे.

जेवणापूर्वी आघाड्याचा काढा दिल्यास पाचक रस वाढतो, तर जेवणानंतर दिल्यास आम्लता कमी होते. यकृतावर आघाड्याची क्रिया फार हितावह आहे. यामुळे यकृताच्या सर्व क्रिया सुधारतात. पिताश्मरीत व अर्शरोगात आघाडा वापरतात. आमवात, क्षारयुक्त संधिशोथ, गंडमाळा या रोगांत आघाडा गुणकारी आहे. आघाडा मूत्रजनक आहे, त्याची क्रिया मूत्रपिंडातील मूत्रजनक पेशींवर होते, यामुळे आघाडा मूत्रपिंडोदरात उत्तम कार्य करतो. आघाड्यामुळे लघवीची आम्लता कमी होते. मूत्रनलिकेचा दाह आघाड्यामुळे कमी होतो, यामुळे बस्तिशोथ, मूत्रपिंडशोथ तसेच मुत्रेंद्रियांच्या रोगात आघाडा वापरतात.

अंगातील जास्त चरबी कमी होण्यासाठी आघाड्याच्या बिया उपयुक्त आहेत. श्वासनलिकाशोथ व कफरोगात आघाड्याचा क्षार हे दिव्य औषध आहे. विषमज्वरात आघाड्याची राख किंवा मुळाचे चूर्ण खाऊच्या पानांच्या रसातून देतात. आघाड्यात विषनाशक गुणधर्म आहेत. उंदराच्या विषावर कोवळ्या पानांचा व तुऱ्यांचा रस मधाबरोबर देतात. रातांधळेपणात आघाड्याच्या मुळाचे चूर्ण देतात. विंचूदंशावर आघाड्याचा पाला वाटून लावतात व मूळ उगाळून पिण्यास देतात. दातदुखीत पानांचा रस हिरड्यांवर चोळतात किंवा आघाड्याचा क्षार किडलेल्या दातांच्या ढोलीत भरतात. चामखीळ काढण्यासाठी क्षार वापरतात.

कानात मळ साठून कानदुखी किंवा कानात सतत नाद व आवाज होणे या विकारात आघाड्याचा क्षार तिळाच्या तेलात उकळून, वस्त्रगाळ करून ते तेल कानात घालतात. संधिशोथात आघाड्याची पाने ठेचून, गरम करून दुखणाऱ्या सांध्यावर बांधतात. अंगात काटे शिरल्यास आघाड्याचा अंगरस देतात व पाने वाटून जखमेवर लावतात. मज्जातंतुव्यूहाच्या रोगात आघाड्याच्या अंगरसाने फायदा होतो.

आघाड्याच्या मुळाचा फांट आंतड्याच्या रोगात उपयुक्त आहे. आघाड्याच्या बिया वांतीकारक आहेत, तसेच बीजचूर्ण शिरोविरेचक आहे. आघाड्याची राख बाह्य त्त्वचेवरील व्रणांसाठी उपयुक्त आहे.

आघाड्याच्या कोवळ्या पानांची भाजी करतात. ही भाजी पाचक म्हणून काम करते. या भाजीचा उपयोग लघवीस साफ होण्यासाठी होतो. या भाजीच्या सेवनाने हाडे मजबूत होतात. शरीरातील मेद कमी करण्यासाठी आघाड्याची कोरडी भाजी उपयुक्त आहे. या भाजीने मूळव्याधीच्या तक्रारी, गुदभागी वेदना, खाज इत्यादी कमी होण्यास मदत होते.

आघाड्याची भाजी : पाककृती १

साहित्य : आघाड्याची कोवळी पाने, कांदा, लसूण, मीठ, हिरव्या मिरच्या, तेल, जिरे इत्यादी

कृती : आघाड्याची कोवळी पाने निवडून घ्यावी. पाने स्वच्छ धुऊन, चिरून घ्यावी. कढईत तेल घालून तेलात जिरे, चिरलेला कांदा, चिरलेली मिरची घालावी. कांदा लालसर होईपर्यंत भाजून घ्यावा. नंतर त्यामध्ये लसूण, चिरलेली भाजी, मीठ घालून नीट परतावे. झाकण ठेवून भाजी शिजवावी.

आघाड्याची भाजी : पाककृती २

साहित्य : आघाड्याची कोवळी पाने, लसूण, कांदा, डाळीचे पीठ, तेल, तिखट, मीठ, फोडणीचे साहित्य इत्यादी

कृती : आघाड्याची पाने धुऊन, चिरून घ्यावीत. कढईत तेल घेऊन त्यात फोडणी करून घ्यावी. लसणाच्या पाकळ्या ठेचून घालाव्यात, नंतर चिरलेली भाजी, तिखट, मीठ घालून चांगली वाफ येऊ द्यावी. भाजी अर्धवट शिजल्यावर डाळीचे पीठ हळूहळू भुरभुरत टाकावे. भाजी सतत हलवावी. एकसारखे हलवत राहिल्याने भाजी मोकळी होईल. भाजी मंद गॅसवर शिजवून घ्यावी.

आंबाडा

शास्त्रीय नाव	:	*Spondias pinnata* (स्पॉनडियास पिनेटा)
कुळ	:	Anacardiaceae (ॲनाकारडिएसी)
इंग्लिश नावे	:	Bile Tree (बाइल ट्री), Indian Hog Plum (इंडियन हॉग प्लम), Wild Mango (वाईल्ड मँगो), Andaman-Mombin (अंदमान माम्बीन)
स्थानिक नावे	:	अंबाडा, रानआंबा, अंबेरी
हिंदी नावे	:	अमडा, आमडा, आम्र
गुजराती नावे	:	आंबोधा, अमरा
संस्कृत नावे	:	आम्रातक, पीतन, तुंगी, कपीतन

आंबाडा या वनस्पतीचे वृक्ष हिमालयापासून आणि चिनाबपासून पूर्वेकडे, पश्चिम द्वीपकल्प, म्यानमार, अंदमान, श्रीलंका आणि हाँगकाँग येथील सर्व भूप्रदेशात आढळतात. आंबाड्याची झाडे भारतात कर्नाटक, महाराष्ट्र, गोवा, गुजरात, अंदमान-निकोबार या राज्यांत सर्वत्र जंगलात वाढलेली आढळतात. भारतात आंबाड्याच्या वृक्षांची सर्वत्र लागवडही करतात. ही वनस्पती महाराष्ट्रात मुंबई, सातारा, अहमदनगर, औरंगाबाद, लातूर, नागपूर, नाशिक, पुणे, कोल्हापूर, रायगड, रत्नागिरी, ठाणे, सांगली, सिंधुदुर्ग इत्यादी जिल्ह्यांत आढळते.

आंबाड्याचे वृक्ष ९ ते १५ मीटर उंच वाढतात. खोड सरळ वाढणारे, साल गुळगुळीत, राखाडी रंगाची. फांद्या अनेक, आडव्या वाढणाऱ्या. पाने एकाआड एक, थोडी जाडसर, संयुक्त, विषमदली, ३० ते ४५ सें.मी. लांब. पर्णिकेच्या तीन ते पाच जोड्या आणि एक अग्रस्थ, ७.५ ते १८.० से.मी. लांब, ३.८ ते ७.५ सें.मी. रुंद, आयताकृती अखंडित, तिरपी, आडव्या शिरांना जोडणारी कडा अंतर्गत जाड शीर. पानांच्या कडा साधारण दातेरी. फुले पिवळसर-हिरवी, लहान एकलिंगी व द्विलिंगी, नियमित, देठविरहीत. अनेक लहान फुले २५ ते ३५ सें.मी. लांब, अग्रस्थ बहुशाखीय पुष्पमंजिरीत येतात. पुष्पमुकुट चार ते पाच संयुक्त दलांनी बनलेला, दले त्रिकोणी आकाराची, लगेच गळून पडणारी. पाकळ्या चार ते पाच अंडाकृती-आयताकृती. पुंकेसर १०, पाकळ्यांपेक्षा लांबीला निम्मे, आखुड. बीजांडकोश चार ते पाच कप्पी, प्रत्येक कप्प्यात एक बीजांड. परागवाहिन्या चार ते पाच, टोकाकडे एकमेकांस चिकटलेल्या. बीजांडकोशाखाली १० विभागीय गोलाकार चकती. फळे अश्मगर्भ, अंडाकृती, हिरवी, पिकल्यानंतर पिवळसर, ३ ते ८ सें.मी. लांब, कठीण काष्ठीय, गोलाकार घारी व पोकळ्या असलेले. बी नेहमी एक. आंबाडा या वनस्पतीला फेब्रुवारी ते एप्रिल या कालावधीत फुले येतात. फळे लहान व पिकली तरी आंबटच राहतात.

औषधी गुणधर्म

आंबाडा वनस्पतीची फळे, साल व पाने औषधात वापरतात. फळे उष्ण, वातनाशक, रक्तसुधारक, ग्राही व रक्तपित्तप्रशमन गुणधर्माची आहेत. संधिवात, पित्तप्रकोप, व्रण, जळजळ, क्षय, रक्तस्राव या विकारांत आंबाड्याची फळे गुणकारी आहेत. फळे पौष्टिक, कामोत्तेजक आणि आतड्यांना स्तंभक आहेत. घसादुखीवर फळे उपयुक्त आहेत. आंबाड्याची पाने चवदार, भूकवर्धक व तुरट गुणधर्माची आहेत. कोवळ्या पानांचा रस कानदुखीत व कर्णस्रावात वापरतात. आंबाड्याची फळे स्कर्व्हीप्रतिरोधक आहेत. फळांचा गर आम्लधर्मी असून संग्राही आहे, म्हणून गर पित्तज अपचनात वापरतात. खोडातून येणारा डिंक शोथशामक आहे.

आंबाडा वनस्पतीची साल आमांशात उपयोगी आहे. साल वाटून पाण्याबरोबर मिसळून सांध्यांच्या आणि स्नायूंच्या संधिवातात चोळतात. वाटलेल्या सालीचा काढा अतिसार आणि आमांशात पिण्यासाठी देतात. हा उपाय अत्यंत गुणकारी मानतात. आंबाडा वनस्पतीची हिरवी कच्ची फळे भाजी व लोणचे तयार करण्यासाठी वापरतात. फळे वातनाशक गुणधर्माची असल्याने संधिवात असलेल्या रुग्णांसाठी आंबाडा फळांची भाजी व लोणचे गुणकारी आहे. रक्तक्षय व पित्तप्रकोपाचा विकार असणाऱ्या रुग्णांनी फळांची भाजी व फळांचे लोणचे अवश्य खावे.

आंबाडा फळांची भाजी

साहित्य : आंबाडा वनस्पतीची हिरवी कच्ची फळे, जिरे, मोहरी, तेल, तिखट, मीठ, गुळ इत्यादी

कृती : फळे पाण्याने स्वच्छ धुवावीत. फळे चिरून आतील बी काढून टाकावी. फळांचे लहान तुकडे करावेत. कढईमध्ये तेल गरम करून जिरे, मोहरीची फोडणी करावी. नंतर तिखट, मीठ व गुळ घालून भाजी नीट वाफवून घ्यावी. ज्वारीच्या भाकरीबरोबर ही भाजी छान लागते.

आंबाडा फळांचे लोणचे

साहित्य : हिरवी कच्ची फळे, लोणच्याचा मसाला, तिखट, मीठ, हळद, हिंग, मेथी पावडर, मिरेपूड, मोहरी डाळ, तेल इत्यादी

कृती : फळे पाण्याने स्वच्छ धुवावीत. पाण्यात थोडे मीठ घालून, त्यामध्ये फळे एक दिवस भिजत ठेवावी. दुसऱ्या दिवशी फळे बियांसहित चिरावी. फळांना चिकटलेली बियांची टरफले तशीच ठेवावी, बियांचे गर काढून टाकावे. चिरलेल्या फळांच्या फोडींना मीठ लावून चोळावे. तेल गरम करून त्यात तिखट, मोहरी डाळ, मिरेपूड, हिंग व मेथी पावडर, हळद, लोणच्याचा मसाला टाकून फोडणी करावी. थंड झाल्यानंतर फोडणी, मीठ लावलेल्या फोडींवर ओतावी. सर्व मिश्रण परतून घ्यावे. नंतर सर्व मिश्रण बरणीत भरावे. झाकण लावून बरणी हवाबंद करावी. काही दिवसांनी मुरल्यानंतर लोणचे खाण्यासाठी वापरावे.

आंबुशी

शास्त्रीय नाव	:	*Oxalis corniculata* (ऑक्झॅलीस कॉर्निक्युलेटा)
कुळ	:	Oxalidaceae (ऑक्झॅलिडीएसी)
इंग्लिश नाव	:	Indian Sorel (इंडियन सॉरेल)
स्थानिक नावे	:	आंबुटी, आंबोती, चांगेरी, आंबटी
हिंदी नावे	:	चुकातिपाती, तीनपतिया, अंबिलोना
गुजराती नाव	:	आंबोती
संस्कृत नाव	:	चांबोरी, आम्ललोणिका, अंबष्ठा

आंबुशी हे प्रामुख्याने बागेत ओलसर जागी तसेच कुंड्यातून वाढणारे तण आहे. हे तण महाराष्ट्रात सर्वत्र आढळते. ही वर्षायू वनस्पती जमिनीवर पसरत वाढते. पावसाळ्यात रस्त्याच्या कडेला आंबुशी ही नाजूक वनस्पती आपल्याला अगदी हमखास उगवलेली पाहावयास मिळते. आंबुशीचे खोड नाजूक, गोलाकार, पसरत वाढणारे, लोमश. खोडाच्या पेरांपासून तंतुमय मुळे तयार होतात. पाने संयुक्त, एकाआड एक, त्रिपर्णी, पर्णिका तीन, त्रिकोणी आकाराच्या, १.२ ते २.५ सें.मी. लांब, उलटे हस्ताकृती, तळ शंक्वाकृती, कडा केशयुक्त. फुले पिवळी, नियमित, द्विलिंगी, पानांच्या बगलेतून येतात. पुष्पमंजिरी अक्ष ७ ते ८ सें.मी. लांब, अक्षापासून २ ते ५ फुले टोकांवर येतात. पुष्पकोश पाच संयुक्त दलांचा, बाहेरील बाजूस केसाळ. पाकळ्या ५, टोकांकडे गोलाकार, आयताकृती. पुंकेसर १०, यापैकी ५ मोठे, ५ लहान. बीजांडकोश ५ कप्पी. फळे बोंडवर्गीय, लांबट-गोलाकार, रेषाकृती, पंचकोनी, लोमश, चंचुयुक्त. बिया अनेक अंडाकृती, आडवे पट्टे असलेल्या, करड्या-तपकिरी रंगाच्या.

आंबट चवीमुळेच, जेवणाची रुची वाढविण्यास या भाजीचा उपयोग होतो. आहारकल्प म्हणून या भाजीचा वापर करतात. आंबुशी गुणाने रुक्ष व उष्ण आहे. ही वनस्पती पचनास हलकी असून चांगली भूकवर्धक आहे. ही रोचक, दीपन, पित्तनाशक, दाहप्रशमन, रक्तसंग्राहक, शोथघ्न आहे. आंबुशीच्या अंगरसाने धमन्यांचे संकोचन होऊन रक्तस्राव बंद होतो. कफ, वात आणि मूळव्याध यात आंबुशी गुणकारी आहे. ही वनस्पती आमांश, अतिसार, त्वचारोग आणि चौघारे तापात उपयुक्त आहे. घृत गुदभ्रंश, योनिभ्रंशात उपयोगी. आंबुशीची पाने आमांश आणि स्कर्व्हीत वापरतात. आमांशात पानांचा रस मध आणि साखर यांच्याबरोबर देतात. कोवळ्या पानांचा फाण्ट तापात उत्तम औषध आहे. चामखीळ आणि नेत्रपटलाच्या अपारदर्शकतेत पानांचा रस बाह्य उपाय म्हणून वापरतात. ताज्या पानांची कढी अपचनाच्या रोग्यांना पाचक आहे.

औषधी गुणधर्म

वाटलेल्या पानांचे पोटीस केसतुटासाठी वापरतात. कोकणात, आंबुशी पाण्यात वाटून, उकळून कांद्याबरोबर पित्तप्रकोपात डोके दुखण्यावर डोक्याला लावतात. सौम्य आमांशात पाने ताकात उकळून दिवसातून २ ते ३ वेळा दिल्यास अत्यंत उपयोगी आहे. आंबुशी वाटून सुजेवर बांधल्यास दाह कमी होऊन सूज उतरते. धोतऱ्याने विष चढल्यास आंबुशीचा रस उतार म्हणून देतात. कुपचनावर आंबुशी उत्तम औषध आहे. शरीरातील कफ व वातदोष वाढले असल्यास आंबुशीच्या भाजीचा आहारात समावेश करावा. कफ व वातप्रधान अशा जुनाट त्त्वचाविकारातही आंबुशीची भाजी उपयुक्त ठरते. रोग्याच्या अन्नास आंबटपणा आणण्यासाठी, रुचीसाठी कुपचनात ही वनस्पती सर्वत्र वापरतात. विशेषतः अन्नवह स्त्रोताच्या 'ग्रहणी' किंवा 'कोलायटीस' या अगदी चिवट आजारात आंबुशीचा उपयोग केला जातो. या विकारात भूक मंदावलेली असते, मल पातळ होत असतो व आतड्यांना सूज आलेली असते; अशा वेळी या भाजीच्या नियमित सेवनाने, लक्षणात सुधारणा घडून येते.

आंबुशीची भाजी : पाककृती १

साहित्य : आंबुशीची पाने,कांदा, लसूण, गूळ,शेंगदाणा कूट, तिखट किंवा ओली मिरची, मीठ इ.
कृती : पाने स्वच्छ धुऊन चिरून घ्यावीत. तेलात कांदा भाजून त्यामध्ये लसूण, ओली मिरची चिरून घालावी किंवा तिखट घालावे. थोडा गूळ, शेंगदाणा कूट घालून भाजी परतावी. आवश्यकतेप्रमाणे मीठ घालून भाजीला वाफ द्यावी.

आंबुशीची भाजी : पाककृती २

साहित्य : आंबुशीची पाने (तूर डाळ किंवा मूग, मसूर) दाणेकूट, हिरव्या मिरच्यांची पेस्ट, तेल, डाळीचे पीठ, लसूण पाकळ्या, मोहरी, हिंग, हळद, गूळ इत्यादी.
कृती : तेलाच्या फोडणीत लसूण परतून घेणे. आंबुशीची भाजी व डाळ कुकरमध्ये शिजवून, घोटून त्यात डाळीचे पीठ लावावे. फोडणीत भाजी घालावी. वाटलेली मिरची पेस्ट, मीठ, दाणेकूट व गूळ घालून शिजवावी.

आंबुशीची भाजी : पाककृती ३

साहित्य : चिरलेली आंबुशीची पाने, डाळीचे पीठ, तेल, मोहरी, हिंग, हळद, गूळ, मीठ, तिखट, काळा मसाला, ठेचलेल्या लसूण पाकळ्या, तुकडे केलेल्या लाल मिरच्या इत्यादी
कृती : तेलात फोडणी करून भाजी परतावी. मीठ, तिखट व काळा मसाला घालून दोन वाफा आणाव्यात, नंतर गूळ घालावा. नंतर डाळीचे पीठ घालून ढवळून, पाण्याचे हबके देऊन, शिजवून दोन वाफा आणाव्यात. छोट्या कढईत तेलाच्या फोडणीत लसूण व लाल मिरच्या घालून केलेली फोडणी भाजीवर ओतावी.

उंबर

शास्त्रीय नाव	:	*Ficus racemosa* फायकस रेसिमोसा
कुळ	:	Moraceae मोरेएसी
इंग्लिश नाव	:	Gular Country Fig (गुलार कंट्री फिग)
स्थानिक नावे	:	उंबर, औदुंबर
हिंदी नावे	:	गुलार, डेमेरा, उमर
गुजराती नावे	:	उमर, उंबरो
संस्कृत नावे	:	उदुंबर, हेमदुग्ध, पवित्रक

भारत व श्रीलंका या देशात उंबराचे वृक्ष आढळतात. उंबराचे वृक्ष भारतात नद्या - नाल्यांच्या काठांवर, डोंगरउतारावर, शेतात, जंगलात, खेड्यांजवळ, पाणथळीच्या ठिकाणी सर्वत्र आढळतात. मंदिरांच्या आवारात तसेच रस्त्यांच्या कडेला उंबर वृक्षांची लागवड करतात. संपूर्ण महाराष्ट्रात उंबराचे वृक्ष आढळतात. कोकण व पश्चिम घाट परिसरात उंबराचे वृक्ष जंगलात आढळतात.

उंबराचे वृक्ष १० ते १५ मीटर उंचीपर्यंत वाढतात. खोड मोठे, मजबूत. फांद्या अनेक, पसरलेल्या, लोमयुक्त, पांढरट-पिवळट रंगाच्या, गुळगुळीत. खोडा - फांद्यात, पांढरा दुधी रंगाचा चीक असतो. पाने साधी, एकाआड एक, सदाहरित, लंबवर्तुळाकार - अंडाकृती, ७.५ ते १५.० सें.मी. लांब, ३ ते ६ सें.मी. रुंद. पाने टोकाकडे साधारण निमुळती, दोन्ही पृष्ठभाग गुळगुळीत. पानांचे देठ १.८ ते ३.५ सें.मी. लांब. उपपर्णे २ सें.मी. लांब, पातळ, लोमश. उंबराची फुले सूक्ष्म, गोल आकाराच्या फळांसारख्या हिरव्या गडूत (पुष्पमंजिरीत) येतात. गडू खोडांवर, फांद्यांवर तयार होतात. गडू ०.५ ते २ सें.मी. व्यासाचे. कच्चे गडू हिरवे, नंतर पिकल्यानंतर आकाराने वाढतात व पिवळसर तांबूस रंगाचे बनतात. फुले एकलिंगी, गोलाकार गडूच्या सभोवताली तयार होतात. गडूच्या मध्यभागी गोलाकार पोकळी असते. गडूच्या आत लहान, सूक्ष्म नर, मादी व वांझ फुले असतात. फुले देठविरहित, नरफुले टोकांकडे वरील बाजूस, मादी फुले तळाकडील बाजूस असतात. नर व मादी फुलांच्या मध्ये वांझ फुले असतात. गडूच्या वरील बाजूस लहानसे छिद्र असते, या छिद्रातून परागीभवन करणारे लहान कीटक आत गोलाकार गडूत येतात. नर फुलांमध्ये पुष्पमुकुट तीन दलांचा असतो. पुंकेसर एक, लहान, एक परागकोशांनी बनलेला असतो. वांझ फुलांमध्ये पुंकेसर व बीजांडकोश नसतात. मादी फुलांत पुष्पमुकुट पाच दलांचा बनलेला असतो. बीजांडकोश दोन कप्पी. बीजांड एक. परागवाहिनी एक. परागधारिणी द्विशाखी. परागीभवन व फलधारणेनंतर हिरव्या गडूचे आकारमान वाढते, रंग बदलतो आणि गडूचे रूपांतर फळामध्ये होते. फळे गोलाकार पिवळसर, विटकरी-लाल रंगाची, लोमश. बिया अनेक , सूक्ष्म. फेब्रुवारी ते जून या कालावधीत या वृक्षाला गडू तयार होतात.

औषधी गुणधर्म

रक्तवाहक व सूजयुक्त दुखण्यावरील औषध म्हणून उंबर ही वनस्पती प्रसिद्ध आहे. उंबराचे मूळ, साल, पाने, फळ व चीक औषधात वापरतात. उंबराची साल स्तंभक आहे. पिकलेली फळे शीतल, स्तंभक आणि रक्तसांग्राहिक आहेत, तर चीक शीतल, स्तंभक, रक्तसांग्राहिक व शोथहर गुणधर्माचा आहे. उंबराचा उपयोग ज्या रोगांत रक्त वाहते किंवा सूज येते, त्या रोगांत करतात. उंबराची पिकलेली फळे रक्त वाहणाऱ्या सर्व रोगांत फार गुणकारी आहेत. कफाबरोबर नाकातून रक्त वाहत असेल, लघवीतून रक्त जात असेल तसेच आव यासारख्या विकारांत फळांचा वापर करतात. फळांनी रक्त बंद झाले नाही तर थोडीशी सालही फळांबरोबर द्यावी. गर्भपात बंद होण्यास हे औषध दिल्यास गर्भास इजा पोहोचत नाही. मधुमेहात फळे पाचक व पौष्टिक म्हणून देतात. उंबराचा चीक तीव्र रक्तआवेत देतात. लहान मुले झुरतात, खाल्लेले अंगी लागत नाही, उलट्या, जुलाब होतात, अशक्तपणा वाढतो अशा वेळी चिकाचे दहा थेंब दुधाबरोबर देतात.

गालगुंड, गंडमाळा व सूज यांवर चीक लावतात. कंबरदुखीसाठी कंबरेवर, तर दम्यात छातीवर चीक लावतात. उंबराचे मूळ आवेत देतात. उंबराच्या मुळांतून जे पाणी निघते ते शीतल, स्तंभन व पौष्टिक असते. ते रक्त वाहणाऱ्या सर्व रोगांत देतात. परम्यात दिल्यास मूत्रनलिकेची सूज कमी होते. गोवर आणि मधुमेहात उंबराचे पाणी गुणकारी आहे. जखम झाल्यास त्यावर साल बांधतात. उंबराची साल दमा व मूळव्याधीत उपयुक्त आहे. साल अंघोळीसाठी वापरल्यास त्वचारोगावर गुणकारी आहे. उंबराच्या सालीचा काढा मधुमेहात देतात. उंबराच्या कोवळ्या पानांचे चूर्ण मधात मिसळून पित्ताच्या त्रासात देतात. उंबराच्या कच्च्या फळांची (गडूंची) भाजी करतात. आजही कोकणात व आदिवासी भागात ही भाजी केली जाते. वरचेवर गर्भपात होणाऱ्या स्त्रियांसाठी ही भाजी उपयुक्त आहे. यामुळे गर्भाशयास ताकत येते, त्यांची गर्भग्रहण करण्याची शक्ती उंबराच्या भाजीने वाढते. परिणामी गर्भस्राव किंवा गर्भपात होण्याची सवय कमी होते. कोणतीही जुनी जखम भरून येण्यासाठी या भाजीचा उपयोग होतो.

उंबराच्या कच्च्या फळांची भाजी

साहित्य : उंबराची कोवळी, हिरवी कच्ची फळे (गडू), लसूण, तेल, कांदा, कोथिंबीर, हिंग, मोहरी, तिखट, ओले खोबरे, मीठ इत्यादी.

कृती : कोवळी उंबराची फळे पाण्याने स्वच्छ धुवावीत. एका उंबराच्या आकाराप्रमाणे चार ते सहा उंबरांच्या फोडी कराव्या. पातेल्यात पाणी घेऊन उंबराच्या फोडी शिजवून घ्याव्या. नंतर कढईत तेल घेऊन त्यात चिरलेला कांदा, लसूण पाकळ्या, मोहरी, हिंग यांची फोडणी द्यावी. त्यानंतर शिजवलेल्या फळांच्या फोडी घालाव्या. तिखट, मीठ घालून सर्व भाजी परतून घेऊन चांगली शिजवून घ्यावी. भाजी शिजल्यानंतर वरून ओले खोबरे व कोथिंबीर घालावी.

कपाळफोडी

शास्त्रीय नाव	:	*Cardiospermum helicacabum* (कार्डिओस्पर्मम हेलिकाकॅबम)
कुळ	:	Sapindaceae (सॅपीनडिएसी)
इंग्लिश नाव	:	Heart Pea (हार्ट पी), Ballone Vine (बलून वाइन)
स्थानिक नावे	:	कानफुटी, कर्णस्फोटा, तेजोवती
हिंदी नाव	:	कानफाट
गुजराती नाव	:	कारोलिओ
संस्कृत नाव	:	कर्णस्फोट, साक्रलता

कपाळफोडी ही वेलवर्गीय वनस्पती असून ती प्रामुख्याने पावसाळ्यात मोठ्या प्रमाणात आढळते. या वनस्पतीचे वेल महाराष्ट्रात सर्वत्र जंगलात, खेड्यात, शेतात, रस्त्यांच्या कडेने कुंपणावर, झुडपांवरून वाढलेले दिसून येतात. ही वर्षायू वेल आहे. खोड नाजूक, आधारास गुंडाळत वर चढणारे.

पाने संयुक्त, एका आड एक, कडूलिंबाच्या पानांसारखी दिसतात. पानांचा देठ २.२ ते ३.८ सें.मी. लांब. पर्णिका लांबट त्रिकोणी आकाराच्या, तळाशी निमुळत्या तर वरील बाजूस साधारण टोकदार. पर्णिकांच्या कडा कातरलेल्या, दंतूर. फुले लहान, पांढरी, द्विलिंगी, अनियमित, पानांच्या बेचक्यातून येणाऱ्या नाजूक छत्राकार पुष्पमंजिरीत येतात. पुष्पमंजिऱ्यांच्या टोकांपासून प्रताने तयार होतात. प्रताने आधारास गुंडाळतात व वेलीला वर चढण्यास मदत करतात. पुष्पमंजिऱ्या ३.८ ते १०.०० सें.मी. लांब असतात. पुष्पमुकूट चार दलांचा, दोन दले लहान, तर दोन मोठी. पाकळ्या चार, दोन लहान, दोन मोठ्या आकाराच्या. पाकळ्यांची टोके गोलाकार. पुंकेसर आठ, पाकळ्यांपेक्षा लांब. बीजांडकोश तीन कप्पी. फळे त्रिकोणी, फुग्यांप्रमाणे हवेने भरलेली. बिया तीन, काळसर रंगाच्या हृदयासारख्या आकाराच्या बियांवर पांढरा ठिपका असतो. या वनस्पतीला ऑक्टोबर ते डिसेंबर या कालावधीत फुले व फळे येतात.

फळे फुग्यांसारखी दिसत असल्याने या वनस्पतीला इंग्रजीत 'बलून वाइन' असेही म्हणतात. कपाळफोडीचे मूळ पांढरे, जाड दोऱ्यासारखे असते. मुळाची रुची तिखट व कडवट तर वास किळसवाणा असतो.

औषधी गुणधर्म

कपाळफोडी ही वनस्पती आमवातावरील उत्तम औषध आहे. औषधात संपूर्ण वनस्पती (पंचांग) वापरतात. आमवातात मुळांचा काढा करून देतात आणि पाने एरंडेल तेलात वाटून सुजलेल्या सांध्यावर बांधतात. काही वेळा पाने वाटून एरंडेल तेलाबरोबर पोटात देतात. यामुळे घाम सुटतो, ताप उतरतो, जुलाब होतात व सांधेदुखी कमी होते. केशसंवर्धनासाठी पानांचा वापर करतात. स्त्रियांच्या पाळीदरम्यानचा स्राव वाढवण्यासाठी पानांचा अंगरस देतात. सांधेसुजीवर पंचांग पाण्यात किंवा दुधात वाटतात व लेप करतात. यामुळे ठणका कमी होतात आणि सूज उतरते. परम्यात पानांचा अंगरस देतात. कानदुखीत तसेच कानफुटीत कानात पू झाल्यास या वनस्पतीच्या पानांचा अंगरस कानात घालतात. यामुळे कानदुखी थांबते. म्हणूनच या वनस्पतीला 'कानफुटी' असेही नाव आहे.

कपाळफोडीच्या पानांची भाजी करतात. जीर्ण आमवातामध्ये पानांची भाजी खाण्याची प्रथा आहे. ही भाजी आमवात या संधिवाताच्या प्रकारात अतिशय गुणकारी आहे. पोट गच्च होणे, मलावरोध यामुळे अंग जखडल्यासारखे वाटणे, अशा विकारात कपाळफोडीच्या भाजीने चांगला गुण येतो. स्त्रियांची मासिक पाळी नियमित होत नसेल, अंगावरून कमी प्रमाणात जात असल्यास, या भाजीचा चांगला उपयोग होतो. तसेच परमा व गुप्तरोगांतही या भाजीचा उपयोग गुणकारी आहे.

आधुनिक शास्त्रानुसार कपाळफोडीच्या पानांत अँटीबायोटिक व अँटिपॅरासायटिक तत्त्वे असल्याने जुनाट खोकला (Chronic Bronchitis) यावर तसेच छाती भरणे या विकारातही कपाळफोडीची भाजी उपयुक्त आहे.

कपाळफोडीची भाजी : पाककृती १

साहित्य : कपाळफोडीची पाने, लसूण, जिरे, तेल, मीठ, हिरवी मिरची इत्यादी

कृती : कपाळफोडीची पाने स्वच्छ धुऊन चिरून घ्यावीत. कढईत तेल, जिरे, लसूण यांची फोडणी द्यावी. हिरवी मिरची चिरून फोडणीत घालावी, नंतर चिरलेली भाजी घालून भाजीत मीठ घालून परतून घ्यावी. झाकण ठेवून भाजी मंद गॅसवर शिजवावी.

कपाळफोडीची भाजी : पाककृती २

साहित्य : पाने, मूगडाळ, तेल, लसूण व ओली मिरची पेस्ट, मोहरी, मीठ इत्यादी

कृती : कढईत तेल, मोहरी, लसूण-मिरची पेस्ट घालून फोडणी द्यावी, नंतर चिरलेली भाजी, भिजवलेली मुगडाळ व मीठ घालून भाजी परतून घ्यावी. मंद आचेवर झाकण झाकून भाजी शिजवून घ्यावी.

कमळकाकडी

शास्त्रीय नाव : *Nelumbo nucifera* (निलुम्बो न्युसिफे
कुळ : *Nelumbonaceae* (निलूम्बोनेसी)
इंग्लिश नाव :
Chinese Water Lilly (चायनीज वॉटर लिली)
Egyptian Water Lilly (इजिप्शियन वॉटर लिली)
स्थानिक नावे : पद्मकमळ, सूर्यकमळ, लक्ष्मीकमळ
संस्कृत नावे : अरविंद, पंकज, पद्म
हिंदी नावे : पद्मकमल
गुजराती नाव : पंकजकमल

कमळे अनेक प्रकारची आहेत. सर्व प्रकारची कमळे तळ्यात, तलावात पाण्यात वाढतात. या जातीच्या कमळांना 'पद्मकमळ', 'सूर्यकमळ' म्हणतात. या वनस्पतीच्या प्रत्येक भागास वेगवेगळी नावे आहेत; आर्थिकदृष्ट्या बाजारपेठेत ती सर्व नावे महत्त्वाची आहेत. बियांना संस्कृतमध्ये 'पद्मबीज' म्हणतात, तर गुजराथीमध्ये 'पबडी' म्हणतात. बिया असणाऱ्या फुलांच्या फुगीर भागास मराठीत 'कमळकाकडी' म्हणतात. कमळाच्या कंदास 'कमळकंद' म्हणतात तर संस्कृतमध्ये कंदास 'शालूक' म्हणतात. कंदाचे सुकवलेले तुकडे 'भिशी' या नावाने मुंबईत विकतात. कंदापासून तयार केलेल्या पिठास मुंबईच्या बाजारपेठेत 'मखाण' म्हणतात, तर फुलांतील पुंकेसरास 'किंजल्क' म्हणतात.

पद्मकमळाची पाने पाण्याच्या पातळीच्यावर वाढतात, पानांची देठे पाणी पातळीच्या वर येतात. ही कमळे इतर कमळांच्या प्रजातींपेक्षा आकाराने फार मोठी असतात. कमळाचे खोड कंदवर्गीय असून ते तळ्यातील पाण्यात, चिखलात असते. कंद लंबगोलाकार, प्रसर्पी, पेरांवर मुळे असतात. पाने साधी, वर्तुळाकार ०.३ ते ०.६ मीटर व्यासाची, अंतर्वक्र किंवा कपांसारखे, दोन्ही बाजू गुळगुळीत, तेलकट, किरणयुक्त शिरा. पानांचे व फुलांचे देठ खूप लांब. फुले द्विलिंगी, नियमित, आकाराने मोठी, एकांडी व आकर्षक. फुले २० ते २५ सें.मी. व्यासाची, गुलाबी किंवा पांढरट-गुलाबी. फुलांना मंद गोड मधुर वास. अनेक पाकळ्या, ५ ते १२.५ सें.मी. लांब, लंबवर्तुळाकार. अनेक पुंकेसर, गदाकृती. अनेक बीजांडकोश, एकमेकांपासून अलग. फुलाचा मधला भाग म्हणजे 'पुष्पस्थली', 'गोलाकार', त्रिकोणी, नरसाळ्यासारखा सुमारे १५ ते १८ सें.मी. उंच; या भागास 'कमळकाकडी' म्हणतात. यावर अनेक खळगे असतात. प्रत्येक खळग्यात एकेका किंजाचे बनलेले किंजपूट असते. किंजाच्या बैठकीच्या खालच्या दांड्यावर बारीक केसर उगवलेले असतात, ते चपटे असून अनेक असतात. पक्व किंजदल अंडाकृती व केशहीन. या वनस्पतीला मार्च ते जून या कालावधी फुले येतात. ही वनस्पती भारत,

श्रीलंका, इराणपासून ऑस्ट्रेलियापर्यंत आढळते. उष्ण प्रदेशात भारतात सर्वत्र तलाव-तळ्यात वाढते. महाराष्ट्रात सर्वत्र आढळते, प्रामुख्याने कोकण, कोल्हापूर, हिंगोली, चंद्रपूर व विदर्भात मुबलकपणे आढळून येते.

औषधी गुणधर्म

पद्मकमळ ही वनस्पती औषधी गुणधर्माची आहे. या वनस्पतीचे कंद, पाने, फुले, बिया व पुष्पस्थली औषधात वापरतात. कमळाच्या पाकळ्या शीतल, दाहप्रशमन, हृदयबल्य, हृदयसंरक्षक, रक्तसंग्राहक, मूत्रजनक आणि ग्राही आहे. याची क्रिया हृदयावर आणि रक्तवाहिन्यांवर होते. रक्तवाहिन्यांचे संकोचन होते व हृदयाची गती कमी होते. कमळपुंकेसर दाहप्रशमक आणि रक्तसंग्राहक आहेत. कमळकाकडी (पुष्पस्थली) पौष्टिक, स्नेहक, ग्राही व रक्तसंग्राहक आहे. कमळकंदाचे पीठ पौष्टिक, स्नेहवर्धक, ग्राही आणि रक्तसंग्राहक आहे. बिया पौष्टिक आहेत. ज्वर आणि रक्तस्राव होणाऱ्या रोगांत कमळ वापरतात. रक्तस्राव होणाऱ्या रोगांत पाकळ्या व पुंकेसर उपयुक्त आहेत. रक्तार्श आणि दाह कमी होण्यास पुंकेसर खडीसाखरेबरोबर देतात.

गरोदरपणात गर्भाशयातून रक्त वाहत असल्यास फुलाचा फांट देतात. रक्तयुक्त आवेत कमळकंदाची पेज देतात, यामुळे रक्त त्वरित बंद होते. फुलाच्या फांटामुळे हृदयाची धडधड व नाडीचे जलद चालणे कमी होते. तीव्र ज्वरात उष्णतेमुळे हृदयास शिथिलता येते, पण फुलांच्या फांटामुळे हृदयास अशक्तपणा येत नाही. कमळाचे फूल, चंदन, रक्तचंदन, वाळा, जेष्ठमध, नागरमोथा आणि साखर यांचा मंदाग्नीवर केलेला काढा ज्वरात फार हितकारक आहे. ज्वरात पाकळ्या वाटून हृदयावर लेप करतात व अंगावर पानांचे पांघरूण घालतात. कुपचन आणि अतिसारात कमळकंदाची पेज देतात. कमळकाकडीच्या पेजेने उलटी व उचकी बंद होते. वीर्य पातळ झाल्यास बियांची पेज देतात. प्रदरात कमळकाकडीची पेज देतात.

कमळकंदाचे चूर्ण मूळव्याधीसाठी शोथशामक म्हणून वापरतात. हे अपचन व आमांशातही वापरतात. कंदाची पिष्टी गजकर्ण व त्वचारोगांवर गुणकारी आहे. पान व देठाचा पांढरा चिकट दुग्ध पदार्थ अतिसारात उपयुक्त आहे. फुले अतिसारात स्तंभक म्हणून वापरतात, तसेच यकृत रोगांतही देतात. बिया वांती थांबवण्यासाठी देतात, तसेच लहान मुलांसाठी मूत्रवर्धक म्हणून वापरतात. कुष्ठरोगासाठी हे शीतल औषध आहे. पुंकेसर रक्तस्राव होणाऱ्या मूळव्याधीत आणि मासिक अतिस्रावात उपयोगी आहे. मूळव्याधीत पुंकेसर मध व लोण्याबरोबर देतात. पाकळ्या व पुंकेसर सौंदर्यप्रसाधन म्हणून त्वचा चांगली होण्यासाठी चेहऱ्याला लावतात. फुलांचा मधला फुगीर भाग म्हणजे कमळकाकडी, भाजी करण्यासाठी वापरतात. अत्यंत थंड व पौष्टिक असल्याने शरीरातील ताकत वाढवण्यासाठी ही भाजी अत्यंत उपयुक्त मानतात. या भाजीमूळे रक्तातील उष्णता कमी होते. या भाजीने बाळंतिणीचे दूध वाढते. कमळकाकडीच्या भाजीने पित्तामुळे होणारा त्रास, लघवीची जळजळ इत्यादी लक्षणे कमी होतात. ताप येऊन गेल्यानंतर उष्णतेचा परिणाम कमी करण्यास ही भाजी उपयुक्त आहे.

कमळकाकडीची भाजी : पाककृती १

साहित्य : कमळकाकडी, मटार दाणे, कांदा, लसूण, हळद, टोमॅटो, खोबरे, गरम मसाला किंवा खडा मसाला, आले कोथिंबीर, लाल मिरच्या, पुदिना, धने, मीठ इत्यादी

कृती : कमळकाकडी चांगली सोलून घ्यावी. कुकरमध्ये कमळकाकडीच्या फोडी आणि मटार दाणे उकडून घ्यावेत. कमळकाकडी फार मऊ होऊ नये यासाठी शिजवताना पाण्यात अर्धा चमचा मीठ घालावे. कांदा, खोबरे, धने, मिरच्या, खडा मसाला असल्यास तव्यावर तेल टाकून भाजून घ्यावा. तेल गरम करून त्यावर वाटलेला मसाला, हळद घालून सुगंध येईपर्यंत परतावे, मग त्यात शिजवलेली कमळकाकडी व मटार दाणे व चिरलेला टोमॅटो घालावा, नंतर चांगले परतून घ्यावे. मग कमळकाकडी शिजवून राहिलेले पाणी न फेकता भाजीत घालावे. नंतर मीठ व कोथिंबीर टाकून पाच मिनिटे मंद आचेवर शिजवावे.

कमळकाकडीची भाजी : पाककृती २

साहित्य : कमळकाकडी, तिखट, सुंठपूड, बडीशेप, घुसळलेले दही, मीठ, तेल, जिरे, हिंगपावडर इत्यादी

कृती : कमळकाकडी सोलावी, दोन इंची तुकडे करावेत व तुकडे तेलात तांबुस होईपर्यंत तळावेत. तेलात हिंग टाकून थोड्या पाण्यात तिखट, बडीशेप, सुंठपूड मिसळून तेलात घालावे. जिरे व दही घालावे. उकळून त्यात मीठ व कमळकाकडीचे तुकडे घालावेत व मंद आचेवर शिजवावे. या पाककृतीस 'रोगनजोश' म्हणतात.

कमळकाकडीची भाजी काश्मीर व गुजरातमध्ये अगदी आवडीने खातात; तर सिंधी खाद्य संस्कृतीत या भाजीला विशेष महत्त्व आहे.

करमळ

शास्त्रीय नाव : *Dillenia indica* (डिलेनिया इंडिका)
कुळ : *Dilleniaceae* (डिलेनिएसी)
स्थानिक नावे : करंबेळ, मोठा करमळ, करंबळ
इंग्लिश नाव : Elephant Apple (एलिफन्ट ॲपल)
Indian Catmon (इंडियन कॅटमॉन)
Hondapara Tree (होंडापारा ट्री)
संस्कृत नावे : भव्य, भाव्य
हिंदी नाव : चालत, चालता

करमळीचे मध्यम आकाराचे देखणे वृक्ष भारत, श्रीलंका, नेपाळ या देशांत आढळतात. भारतात करमळीचे वृक्ष कोकण, मलबार परिसरात तसेच आसाम, बिहार या राज्यांतही नैसर्गिकपणे जंगलात वाढलेले आढळतात. गोवा, कर्नाटक, तामिळनाडू, केरळ या राज्यांतील समुद्रकिनारी प्रदेशात करमळीचे वृक्ष आढळतात. महाराष्ट्रात करमळीचे वृक्ष अलिबाग, बांदा, सावंतवाडी या कोंकण परिसरात तसेच विदर्भातील मेळघाट परिसरातील जंगलात वाढलेले आढळतात. भारतात अनेक ठिकाणी करमळीच्या वृक्षांची शोभेसाठी बागेत लागवड करतात.

करमळीचे खोड मध्यम उंचीचे, सरळ वाढणारे. खोडावरची साल पातळ, फाटलेली, तपकिरी रंगाची. फांद्या अनेक, पसरणाऱ्या असून वृक्षाला गोलसर आकार देतात. पाने साधी, एकाआड एक, फांद्यांच्या टोकांवर गुच्छाने येतात. पाने गडद हिरवी, लांबट, २० ते ३० सें.मी. लांब व १०.०० सें.मी. रुंद. पानांच्या कडा धारदार कातरलेल्या. पानांवरील शिरा अनेक, एकमेकांस समांतर, स्पष्ट व अगदी ठळक. पानांचा देठ २.५ ते ५.० सें.मी. लांब, तळाकडे थोडासा जाडसर. मे महिन्यात पानगळ होते व जून महिन्यात नवीन कोवळी पाने येऊ लागतात. फुले पांढरी, मोठी, १५ ते १६ सें.मी. व्यासाची, सुंदर व आकर्षक. फुले द्विलिंगी, नियमित, एकांडी, फांद्यांच्या टोकांवर येतात. फुलांना गोड सुगंध असतो. फुलांचा देठ ७.५ ते ८ सें.मी. लांब, नाजूक असल्याने फुले खाली झुकलेली असतात. पुष्पमुकुट पाच दलांनी बनलेला. पुष्पमुकुट फुले अर्धगोलाकार, जाड व मांसल. पांढऱ्या पाच पाकळ्या, लगेच गळून पडतात. अनेक पुंकेसर. बीजांडकोश ५ ते २० कप्पी, बीजांडे अनेक. परागवाहिनी एक, जाडसर. १५ ते २० गोलाकार चक्राप्रमाणे पसरलेल्या परागधारिणी, आकर्षक. फळे मोठी ७.५ ते १० सें.मी. व्यासांची गोलाकार, बाहेरून टणक; पण आतून जाड, गरयुक्त मांसल. फळांचा देठाकडील अर्धा भाग जाड, अर्धगोलाकार मांसल पुष्पमुकुटांनी झाकलेला असतो. फळे हिरव्या रंगाची, पिकल्यावर पिवळट रंगाची, रुचकर लागतात. बिया अनेक, रसाळ गरामध्ये लगडलेल्या, चपट्या, कडा केसाळ. करंबळ वृक्षांना जून, जुलै महिन्यात फुले येतात.

औषधी गुणधर्म

करमळ ही औषधी वनस्पती असून, त्याची फळे खोकल्यावरील औषधात वापरतात. या वनस्पतीची फळे, साल व पाने औषधी गुणधर्माची आहेत. करमळीच्या पिकलेल्या फळांचा रस साखर पाण्यात घोटून ज्वरात आणि खोकल्यात देतात. त्याने शौचासही साफ होते. अतिश्रमामुळे तसेच अशक्तपणात पाय वळतात, त्यावेळी करमळीच्या सालीचा रस मिरपुडीबरोबर पायावर लावतात व त्यावर करमळीची पाने बांधतात, यामुळे थोडी आग होते. पण फोड येत नाहीत. करमळीची पाने आकाराने मोठी असल्याने, पानांपासून पत्रावळ्या तयार करतात. करमळीच्या फुलांचे व फळांचे जाड मांसल पुष्पमुकुट दले आंबट चवीची असतात. ही दले स्थानिक लोक खाण्यासाठी वापरतात, तर काहीवेळा दले वाळवून आमसुलाप्रमाणे वापरतात. फळांमध्ये अँण्टीऑक्सिडंट गुणधर्म आहेत.

करमळीची कच्ची, तसेच अर्धवट पिकलेल्या फळांपासून भाजी बनवतात, त्याचप्रमाणे लोणचेही बनवतात.

करमळीची भाजी

साहित्य : करमळीची कच्ची हिरवी किंवा अर्धवट पिकलेली फळे, तेल, तिखट, मीठ, हळद, कांदा आणि ओल्या मसाल्यासाठी ओले खोबरे, आले, लसूण, तीळ, खसखस इत्यादी

कृती : फळे धुऊन चिरून घ्यावीत, बिया काढून टाकाव्यात व फळे परत चिरून लहान तुकडे करावेत. तीळ, खसखस भाजून घ्यावेत. ओले खोबरे किसून घ्यावे. तीळ, खसखस, खोबरे, लसूण, आले मिक्सरमध्ये बारीक करून ओला मसाला तयार करावा. चिरलेला कांदा तेलात भाजून घ्यावा व त्यात चिरलेल्या फळांचे तुकडे घालावेत. नंतर हळद, तिखट, मीठ घालून भाजी नीट परतून घ्यावी. थोड्या वेळाने ओला मसाला घालावा. सर्व मिश्रण परतून घ्यावे व भाजी चांगली शिजवून घ्यावी.

करमळीचे लोणचे

साहित्य : करमळीची कच्ची फळे, मीठ, हिंग, हळद, मेथी पावडर, तेल, मिरेपूड, मोहरी डाळ, मिरची पावडर, लोणच्याचा मसाला इत्यादी

कृती : फळे पुष्पमुकुटासहित धुऊन चिरून घ्यावीत. गरजेप्रमाणे फळाच्या फोडी तयार कराव्यात. नंतर फोडींना मीठ लावून चोळावे. तेल गरम करून त्यात मोहरी डाळ, मिरची पावडर, मिरेपूड, हिंग पावडर, मेथी पावडर, हळद टाकून फोडणी करावी. फोडणी थंड झाल्यानंतर मीठ लावलेल्या फोडींवर ओतावे व सर्व मिश्रण चांगले मिसळून घ्यावे. आवश्यकता असल्यास लोणच्याचा मसाला वापरावा. नंतर हे सर्व बरणीत भरून, झाकण लावून, हवाबंद करून काही दिवस ठेवावे. पुरेसे मुरल्यानंतर लोणच्याचा वापर करावा.

करटोली

शास्त्रीय नाव : *Momordica dioica* (मोमारडिका डायओयिका)
कुळ : Cucurbitaceae (कुकरबिटेसी)
इंग्लिश नाव : Wild Karela Fruit (वाईल्ड करेला फ्रुट)
स्थानिक नावे : करटोली, कंटोली, रानकारली, कर्कोटकी
हिंदी नावे : ककोरा, किरर
गुजराती नाव : कंटोळा
संस्कृत नाव : कंकोटकी

करटोलीचे वेल कोकण, मराठवाडा, विदर्भ, पश्चिम घाट व पश्चिम महाराष्ट्र परिसरात आढळतात. कोकण, दक्षिण महाराष्ट्र आणि गुजरात या ठिकाणी करटोलीची काही प्रमाणात शेतात लागवड करतात. करटोलीचे वर्षायू वेल जंगलामध्ये झुडुपांवर वाढलेले आढळतात. या वेलींचे कंद जमिनीत असतात. कंद बहुवर्षायू असून औषधात वापरतात. खोड नाजूक, आधाराने वर चढणारे. पाने साधी, एकाआड एक, रुंद अंडाकृती किंवा हृदयाकृती, ३ ते ५ विभागीय, ३ ते १० सें.मी. लांब, ३.५ ते ९ सें.मी. रुंद. कडा दातेरी, पानांच्या बेचक्यांतून प्रताने तयार होतात व वेलींना वर चढण्यास मदत करतात. पानांचा देठ १.२ ते ३ सें.मी. लांब.

फुले पिवळी, नियमित, एकलिंगी. नर व मादी फुले वेगवेगळ्या वेलींवर येतात. फुले पानांच्या बगलेतून एकांडी येतात. नर फुलांच्या देठाशी मोठा छेद असतो. पुष्पकोश पाच संयुक्त दलांचा. पाकळ्या पाच एकमेकांस चिकटलेल्या. पुंकेसर पाच एकमेकास चिकटलेले. बीजांडकोश तीन कप्पी. फळे लंबगोलाकार, ५ ते ७ सें.मी. लांब. फळांवर नाजूक काट्यांचे आवरण. बिया अनेक, तांबड्या गरात लगडलेल्या. करटोली ही वनस्पती 'कुकरबिटेसी' म्हणजेच भोपळ्याच्या कुळातील आहे. करटोलीला जून ते ऑगस्ट महिन्यांत फुले व त्यानंतर फळे तयार होतात.

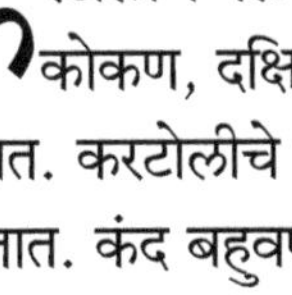

औषधी गुणधर्म

करटोलीच्या स्त्री जातीच्या वेलीचे कंद औषधात वापरतात. कंद लंबगोलाकार, पिवळट-पांढरे असून त्यावर गोल कंकणाकृती खुणा असतात व त्यांची रुची तुरट असते. कंदात रेचकपणा नाही; पण थोडासा रक्तसांग्राहिक धर्म आहे. मात्रा मोठी झाल्यास उलटी होते. करटोली हे डोकेदुखीवरील

उत्तम औषध आहे. डोकेदुखीत पानांचा अंगरस, मिरी, रक्तचंदन आणि नारळाचा रस एकत्र करून चोळतात. रक्तार्शांत कंदाचे चूर्ण देतात. कंदाचे चूर्ण व वंगभस्म मधुमेहात देतात. डोक्याचा त्रास, मूतखडा, सर्व प्रकारची विषबाधा, हत्तीरोग या विकारांत कंदाचा वापर करतात.

करटोलीचे भाजलेले कंद मूळव्याधीत रक्तस्राव थांबवण्यासाठी आणि आतड्यांच्या तक्रारीत उपयोगी आहे. कंद कफोत्सर्जक आणि थंडी वाजून येणाऱ्या तापात उपयुक्त आहे. पाने कामोत्तेजक व कृमीनाशक असून त्रिदोष, ताप, बद्धकोष्ठता, दमा, श्वासनलिका दाह, उचकी मुळव्याध यात गुणकारी.

करटोलीचे फळ कडू, उष्ण, संसर्गरक्षक, दीपक आणि थोडे विरेचक आहे. वात, कुष्ठरोग, मूत्रस्राव, प्रमेह व मधुमेहात करटोलीची फळे उपयुक्त आहेत. अति लाळ सुटणे, मळमळ, हृदयाचे त्रास यातही करटोली गुणकारी आहे. रक्तरोग, डोळ्यांचे रोग, धावरे या विकारात करटोलीचा वापर करतात. वाळविलेल्या फळाचे चूर्ण किंवा फांट नाकपुडीत घातल्यास विपुल स्रावासाठी उत्तेजक आहे. कच्चे फळ भाजी म्हणून वापरतात, हे तापातून उठलेल्या रोग्यास पोषक म्हणून देतात.

करटोलीच्या फळांची भाजी कारल्यासारखीच असून पावसाळ्याच्या अखेरीस ही भाजी बाजारात काही ठिकाणी येते. ही भाजी रुचकर असून, पोट साफ होण्यासाठी, यकृतातून पित्ताचा स्राव नीट होण्यासाठी उपयुक्त आहे. मधुमेहाच्या रुग्णांनी या भाजीचे नियमित सेवन केल्यास रक्तातील साखर कमी होते, त्याचबरोबर लघवीतील शर्कराही नियंत्रित होते. ज्यांच्या मूळव्याधीतून वरचेवर रक्तस्राव होतो, वेदना, ठणका असतात, अशांसाठी ही भाजी अत्यंत हितकारक आहे. सर्दी, खोकला, ताप या पावसाळ्यातील विकारांवर करटोलीची भाजी हितावह आहे. त्वचारोग होऊ नयेत म्हणून ही भाजी अवश्य खावी.

करटुल्याची भाजी

साहित्य : पाव किलो हिरवे कोवळे करटुले, ओले खोबरे अर्धी वाटी, बारीक चिरलेला कांदा एक वाटी, हिंग, मोहरी, मीठ, जिरे, हळद, दोन चिरलेल्या मिरच्या, लाल तिखट, साखर, तेल इत्यादी

कृती : करटुल्यांचे अर्धे भाग करून त्यातील बिया व गर काढून टाकावा. नंतर बटाट्याचे काप केल्याप्रमाणे करटूले चिरून घ्यावीत. पॅनमध्ये तेल गरम करून हिंग, मोहरी व थोडेसे जिरे टाकून फोडणी घालावी, त्यात चिरून घेतलेल्या हिरव्या मिरच्या टाकाव्यात. नंतर त्यात कांदा, मीठ, थोडेसे लाल तिखट व हळद घालून चांगले परतावे.

चिरलेली करटुले त्यात घालून पुन्हा परतावीत. झाकण ठेवून चांगली वाफ येऊ द्यावी, नंतर झाकण काढून मंद गॅसवर पाणी न घालता तीन ते चार मिनिटे भाजी परतावी. वरून ओले खोबरे व थोडी साखर घालावी.

करवंद

शास्त्रीय नाव	:	*Carrisa Congesta* (कॅरिसा कॅनगेस्टा)
कुळ	:	Apocynaceae (ॲपोसायनेएसी)
इंग्लिश नाव	:	Indian Wild Black Berry (इंडियन वाईल्ड ब्लॅक बेरी)
स्थानिक नावे	:	करवंद, करवंदे, डोंगराची काळी मैना
हिंदी नाव	:	करौंदा
गुजराती नाव	:	करमंदा
संस्कृत नाव	:	करमर्दक

करवंदाची मोठी काटेरी झुडुपे भारत, श्रीलंका व जावा या देशांत आढळतात. वनस्पती भारतात उष्ण प्रदेशातील निमसदाहरित व पर्णझडी जंगलात सर्वत्र आढळते. करवंद ही वनस्पती महाराष्ट्रात सर्वत्र जंगल परिसरात आढळते.

करवंदाची मोठी काटेरी सदाहरित झुडुपे असतात. खोड लहान, फांद्या अनेक पसरणाऱ्या, गुळगुळीत. साल फिकट करड्या रंगाची. खोडाच्या प्रत्येक पेरावर दणकट, तीक्ष्ण काट्यांची जोडी. काटे २.५ ते ३ सें.मी. लांब. पाने साधी, समोरासमोर, ३.७ सें.मी. लांब व २.५ ते ५ सें.मी. रुंद, लंबअंडाकृती, चामड्यासारखी, गुळगुळीत, गडद हिरवी, चकचकीत, तळाकडे पसरट, वरील टोकाकडे सूक्ष्म टोकदार, देठ ०.३ ते ०.६ सें.मी. लांब. खोड, फांद्या व पानांमध्ये पांढरा दुधी रंगाचा चीक.

फुले पांढरी, नियमित, द्विलिंगी, फांद्यांच्या टोकांवर लहान, पसरट पुष्पमंजिरीत. पुष्पमंजिरीचा अक्ष ०.६ ते १.८ सें.मी. लांब, लोमश. पानांचे देठ आखूड. पुष्पपर्ण लांबट व लोमश. पुष्पमुकुट पाच, संयुक्त दलांनी बनलेला, लोमश. एकमेकांस चिकटलेल्या पाच पाकळ्या. पुष्पनळी १.२ सें.मी. लांब. पाकळ्या लांबट-गोलाकार, लोमश. पुंकेसर पाच, खालील बाजूस पाकळ्यांना चिकटलेले. केसरतंतू आखूड. परागकोश लांबट, शल्याकृती. बीजांडकोश दोन कप्पी, प्रत्येक कप्प्यात चार बीजांडे. परागवाहिनी एक. परागधारिणी लंबगोलाकार. फळे गोलाकार, १.२ ते २.५ सें.मी. लांब, १.२ ते २ सें.मी. व्यासाची. पिकलेली फळे जांभळट-काळ्या रंगाची.

बिया चार, गोलाकार-चपट्या. करवंदाला मार्च - एप्रिल महिन्यात फुले येतात. करवंदाची फळे खातात. रानमेवा म्हणून फळे प्रसिद्ध आहेत.

औषधी गुणधर्म

करवंदाचे मूळ औषधात वापरतात. मूळ कटू, तिक्त, वामक व मूत्रजनन गुणधर्माचे आहे. मुळाचा उपयोग सर्पदंश परीक्षणासाठी करतात. नाळगुंदात मूळ गोमूत्राबरोबर उगाळून देतात, व विषमज्वरात सर्वांगास लेप करतात. लहान मुलांच्या अंगावर पांढऱ्या पाण्याने भरलेले फोड येतात, अशा वेळी लिंबाच्या रसात कापूर व करवंदीचे मूळ उगाळून फोडांवर लेप करतात. पानांचा काढा विषमज्वरात देतात. करवंदीची पाने मधामध्ये बारीक करून खाल्ल्यास कोरडा खोकला कमी होतो.

करवंदाचे कच्चे फळ संग्राहक, तर पिकलेले फळ रक्तपित्तप्रशमन व शीतल आहे. पिकलेली फळे पित्तप्रकोपात देतात. करवंदाच्या फळांमध्ये 'क' जीवनसत्त्व मोठ्या प्रमाणात असल्याने, हृदयविकारांमध्ये करवंदाचे सेवन उपयुक्त ठरते. यामुळे रक्तवाहिन्यांतील चरबीचे प्रमाण कमी होते आणि रक्तपुरवठा सुरळीत होतो.

करवंदामध्ये कॅल्शिअम भरपूर प्रमाणात असल्याने हाडांच्या विकारात करवंदे खाल्ल्याने मोठा लाभ होतो. अरुची, मळमळ, उलटी या विकारांमध्ये करवंदे अत्यंत गुणकारी आहेत. करवंदे वातशामक असल्याने पोटात गुब्बारा धरला असल्यास करवंद सेवनाने पोट व आतड्यांचे आरोग्य चांगले राहून वायूचे मलावाटे निस्सारण होते.

करवंदामध्ये मोठ्या प्रमाणात सायट्रिक ॲसिड असल्याने उष्णतेमुळे होणारे विकार करवंदे खाल्ल्याने कमी होतात. उन्हाळ्यात सूर्याच्या प्रखर उष्णतेने शरीराचा दाह होत असेल तर करवंद फळांपासून तयार केलेले सरबत प्यावे. रक्ताच्या कमतरतेमुळे अशक्तपणा जाणवत असेल तर करवंदे खावीत. यामुळे रक्ताची कमतरता भरून निघते. करवंदाच्या फळांत 'क' जीवनसत्त्व असल्याने त्वचाविकारांमध्ये करवंद सेवनाचा फायदा दिसून येतो, तसेच शरीराची रोगप्रतिकारक शक्ती देखील वाढते.

आम्लपित्तामुळे छातीत जळजळत असेल, आंबट ढेकर येत असतील तर अशा वेळी करवंदाच्या फळांचे सरबत थोड्या-थोड्या वेळाने प्यावे, काही वेळाने आराम वाटतो. करवंदाच्या रसामध्ये मधुरता आणि आम्लता असल्याने अपचन झाले असेल, तर अन्न पचनासाठी करवंदाचे सरबत प्यावे. गर्भवतीने उलटी, मळमळ, अरुची ही भावना कमी करण्यासाठी, तसेच विपुल प्रमाणात कॅल्शिअम मिळण्यासाठी करवंदे अवश्य खावीत.

करवंदे फक्त उन्हाळ्यात मिळतात, यामुळे करवंदे वर्षभर खाता यावीत म्हणून करवंदाच्या कच्च्या फळांचे लोणचे, मुरंबा बनवतात, तर पिकलेल्या फळांचे सरबत बनवून ठेवतात.

करवंदाचे लोणचे

साहित्य : कच्ची करवंदाची फळे, मोहरीची डाळ, तिखट, हिंग, मीठ, जिरेपूड, हळद, तेल, लोणचे मसाला इत्यादी.

कृती : करवंदाची कच्ची फळे पाण्याने स्वच्छ धुऊन घ्यावीत, स्वच्छ कपड्याने पुसून कोरडी करावीत. नंतर फळे चिरून घ्यावीत व त्यातील बिया काढून टाकाव्यात. चिरलेल्या फोडींना मीठ लावून चोळावे. तेल गरम करून घ्यावे व त्यात मोहरी डाळ, तिखट, जिरेपूड, हिंग पावडर, हळद व लोणचे मसाला टाकून फोडणी करावी. फोडणी थंड झाल्यानंतर मीठ लावलेल्या फोडीवर ओतावे. सर्व मिश्रण चांगले कालवून, मिसळून घ्यावे. नंतर हे सर्व बरणीत भरून, झाकण लावून, हवाबंद करून, लोणचे चांगले मुरण्यासाठी काही दिवस ठेवावे आणि नंतर लोणच्याचा वापर करावा.

करवंदाचा मुरंबा

साहित्य : करवंदाची कच्ची फळे, गूळ, वेलची पावडर, मीठ इत्यादी

कृती : कच्ची करवंदे पाण्याने स्वच्छ धुऊन घ्यावी. स्वच्छ कपड्याने पुसून कोरडी करावीत. नंतर करवंदे चिरून त्याच्या फोडी कराव्या, त्यातील बिया काढून टाकाव्या. पातेल्यात गुळाचा पाक करून घ्यावा व त्यात चिरलेल्या करवंदाच्या फोडी, मीठ व वेलची पावडर घालून परत मंद गॅसवर ठेवावे. करवंदाच्या फोडीतून सुटलेले पाणी कमी झाल्यानंतर गॅस बंद करावा. थंड झाल्यानंतर सर्व मिश्रण चांगले कालवून घ्यावे व बरणीत भरावे. झाकण लावून बरणी हवाबंद करून, बरणी काही दिवस उन्हात ठेवावी. त्यानंतर तयार झालेल्या मुरंब्याचा वापर वर्षभर करता येईल.

कांडवेल

शास्त्रीय नाव	:	*Cissus quadrangularis* (सिसअस कॉड्रँग्युलेरिस)
कुळ	:	*Vitaceae* (व्हायटेसी)
इंग्लिश नाव	:	Veldt Grape (व्हॅलडट ग्रेप), Devils Backbone (डेव्हील्स बॅकबोन)
स्थानिक नावे	:	हाडसांधी, हाडसंधी, खारी तोंडली
हिंदी नावे	:	हडजोड, हजोंर
संस्कृत नाव	:	अस्थिसंधान
गुजराती नावे	:	हाडसांकळ

कांडवेल ही वनस्पती द्राक्षाच्या कुळातील आहे. वनस्पती भारत, पाकिस्तान, श्रीलंका, जावा, मलेशिया, दक्षिण आफ्रिका या देशात आढळते. भारतात व महाराष्ट्रात ही वनस्पती कमी पाऊस पडणाऱ्या, उष्ण, कोरड्या प्रदेशात सर्वत्र आढळते. अनेक ठिकाणी कांडवेलीची बागेत, तसेच कुंपणावर वाढविण्यासाठी लागवड करतात.

कांडवेल ही मोठी वेल असून ती कुंपणावर व वृक्षांवर वाढते. खोड नाजूक, हिरवे, मांसल व चौकोनी असते, यामुळेच या वनस्पतीला 'चौधारीवेल' असेही म्हणतात. खोडांवर पेरे सुस्पष्ट, खोड गुळगुळीत, तोडल्यानंतर पुष्कळ रस वाहतो. जुन्या खोडावर पाने नसतात, पाने गळून पडतात. कोवळ्या खोडांच्या पेऱ्यातून पाने व प्रताने तयार होतात. प्रताने साधी, आधाराला गुंडाळतात व वेलीला वर चढण्यास मदत करतात.

पाने साधी, एका-आड एक, २.५ ते ५.० सें.मी. लांब, अंडाकृती ते हृदयाकृती, गुळगुळीत, काही वेळा पाने तीन ते सात विभागी. पानांच्या कडा साधारण दंतूर. पानांचा देठ १.२ ते १.४ सें.मी. लांब. पाने लगेच गळून पडतात. फुले लहान, द्विलिंगी, नियमित, हिरवट-पिवळसर किंवा तांबूस रंगाची, खोडांच्या पेऱ्यातून लहान पुष्पमंजिरीतून गुच्छातून येतात. पुष्पमुकुट चार संयुक्त दलांनी बनलेला, कपाच्या आकाराचा. पाकळ्या चार, एकमेकांपासून अलग, टोकांकडे रुंद, झुकलेल्या. चार पुंकेसर. बीजांडकोश दोनकप्पी, भोवताली चार विभागी गोलसर चकती, परागवाहिनी आखूड व जाडसर. फळे गोलाकार, गुच्छाने येतात, गोलाकार, पिकल्यानंतर लालसर-तांबूस. एक बी , अगदी क्वचित दोन बिया.

औषधी गुणधर्म

कांडवेलीची जुनी खोडे औषधात वापरतात. ही वनस्पती रक्तसंग्राहक आणि शोधन गुणधर्माची आहे. हाडे सांधणारे उत्तम औषध म्हणून ही कांडवेल वनस्पती प्रसिद्ध आहे, म्हणून या वनस्पतीला 'हाडसांधी' म्हणतात. विंचूदंशात कांडवेलीचा रस वाकेरीच्या भात्याबरोबर देतात. स्त्रियांच्या अनियमित मासिक पाळीवर विशेष पाळी महिन्यातून दोन वेळा येत असेल तर, खोडांचा अंगरस तूप व मधातून देतात. नाकाचा घोणा फुटल्यास खोडाच्या रसाचे नस्य करतात (रस नाकात घालतात) तसेच कानांत घालतात. कंबरदुखीत कांडे (खोडे) ठेचून कंबरेवर बांधतात. गळू लवकर पिकण्यासाठी पाने ठेचून, तेलात गरम करून त्यावर बांधतात. दम्यात खोडे ठेचून त्याचा रस देतात.

वातशांतीसाठी कांडवेल, उडदाची डाळ समभाग घेऊन त्याच्या गोळ्या बनवून, त्या तेलात तळून खाव्यात. कानातून पू येत असल्यास कांडवेलीचा दोन ते चार थेंब रस कानात टाकावा. कांडवेलीचा रस जिभेवर ठेवल्यास जीभ जड होते. हाड तुटलेले असल्यास कांडवेलीच्या रसात दुप्पट तूप घालून प्यावे. त्याने तुटलेले हाड लवकर जोडले जाते. कांडवेल उष्ण आहे. त्याचा कल्क करून तुटलेल्या हाडावर बांधल्यास अस्थिसंधान होते.

कांडवेलीच्या कोवळ्या खोडांची व पानांची भाजी करतात. जुनी खोडे भाजीसाठी वापरू नयेत, ती औषधासाठी वापरावीत. अपचनासारख्या रोगात ही भाजी अत्यंत महत्त्वाची असून हितावह आहे. याने कंबरदुखी कमी होते, पाठदुखी कमी होते. हाड मोडले असता महिनाभर प्लॅस्टर घालतात, अशा कालावधीत ही भाजी दिल्यास हाडे लवकर जुळण्यास मदत होते.

कांडवेलीची भाजी

साहित्य : कांडवेलीची कोवळी खोडे व पाने, हिंग, जिरे, तेल, हळद, मीठ, तिखट, कांदा, लसूण इत्यादी

कृती : कांडवेलीच्या कोवळ्या खोडांचे चिरून लहान तुकडे करावेत, तसेच पानेही चिरून घ्यावीत. नंतर चिरलेली खोडे व पाने पाण्याने स्वच्छ धुऊन घ्यावीत व पातेल्यात पाणी घेऊन खोडे व पाने शिजवून घ्यावीत. नंतर पाणी टाकून द्यावे. दुसऱ्या पातेल्यात तेल घालून त्यात चिरलेला कांदा व लसूण, हिंग व जिरे टाकून फोडणी करून घ्यावी. नंतर त्यात शिजवलेली भाजी, हळद, मीठ व तिखट घालावे. भाजी परतून घ्यावी आणि चांगली वाफवून घ्यावी.

कामोणी

शास्त्रीय नाव	:	*Solanum nigrum* (सोलॅनम नायग्रम)
कुळ	:	Solanaceae (सोलॅनेसी)
स्थानिक नावे	:	कामोणी, कामुणी, कमोणी
इंग्लिश नावे	:	Black Night Shade (ब्लॅक नाईट शेड), Hound's Berry Mouvel (हाउंडस बेरी मॉवेल)
संस्कृत नावे	:	काकमाची, कटुफला, वायसी.
हिंदी नावे	:	मकोय, गुरकमाई, कबाईया
गुजराती नाव	:	पिल्लूडी

कामोणी ही वनस्पती भारत, श्रीलंका, तसेच जगातील सर्व उष्ण प्रदेशातील देशांत आढळते. ही भारतात व महाराष्ट्रात सर्वत्र आढळते. ही वनस्पती ओलसर जमिनीवर, शेतात तण म्हणून वाढते. कामोणी वर्षायू रोपवर्गीय वनस्पती असून ३० सें.मी. उंचीपर्यंत वाढते. खोड हिरवे, ताठ, सरळ वाढणारे, गोलाकार, अनेक द्विविभाजित फांद्यायुक्त. पाने साधी, एकाआड एक, अंडाकृती - कुंतसम, २ ते ३.५ सें.मी. लांब, १ ते १.४ सें.मी. रुंद. पानांच्या कडा अखंडीत किंवा साधारण दंतूर. पाने टोकाकडे व तळाकडे निमुळती असतात. पानांचा देठ २ सें.मी. लांब, फुले लहान, पांढरी, नियमित, द्विलिंगी, ३ ते ८ फुलांचा लहानसा गुच्छ पानांच्या बेचक्यातून तयार होतो. पुष्पमंजिरी गुच्छाचा अक्ष १.४ ते २ सें.मी. लांब. फुलांचा देठ १.२ ते १.४ सें.मी. लांब, नाजूक यामुळे फुले खाली झुकलेली असतात. पाच पुष्पकोश संयुक्त दलांचा, हिरव्या रंगाचा. पाच पाकळ्या, एकमेकांस चिकटलेल्या, पांढऱ्या. पुष्पनळी लहान, पाकळ्या पसरट, पसरलेल्या. पुंकेसर पाच, समान उंचीचे, तळास पाकळ्यांना चिकटलेले, परागकोष पिवळ्या रंगाचे. बीजांडकोश दोन कप्पी, परागवाहिनी एक, केसाळ व आखूड. परागधारिणी द्विभागी. फळे गोलाकार, लहान वाटाण्याएवढी, पिकल्यानंतर निळसर-काळी, काही वेळा तांबूस-पिवळसर रंगाची. बिया लहान, अनेक गोलाकार, पिवळ्या, साधारण खडबडीत आवरणाच्या. या वनस्पतीला सप्टेंबर ते जानेवारी, तसेच मे ते जून महिन्यात फुले-फळे येतात.

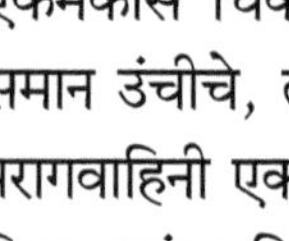

औषधी गुणधर्म

कामोणी ही वनस्पती यकृत दोषावरील उत्तम औषध आहे. कामोणीची पाने, फळे व मुळांची साल औषधात वापरतात. ही वनस्पती स्निग्ध, कडू, उष्ण, विरेचक, आरोग्यपुनःस्थापक, कामोत्तेजक,

पौष्टिक, मूत्रवर्धक, भूक व चववर्धक गुणधर्मांची आहे. हृदय आणि डोळ्यांचे रोग, मूळव्याध, आमांश, दमा, वांती, श्वासनलिका दाह, ताप इत्यादी विकारांत ही वनस्पती गुणकारी आहे.

कामोणीची मुख्य क्रिया यकृतावर होते. यामुळे यकृतातील वेगवेगळ्या सर्व क्रिया सुधारून योग्य रस निर्माण होतात व विषारी उपरस तयार होण्याची क्रिया बंद होते. कामोणीच्या पानांच्या रसाने शौचास साफ होते व आतड्यातील विषारी द्रव्ये निघून जातात. जी काही विषारी द्रव्ये यकृतात पोचतात, ती लघवीवाटे निघून जातात. त्वचारोगात पाने वाटून त्याचा लेप करतात. शोथ व इतर दुःखदायक रोगांमध्ये कामोणीची फळे व पाने वाटून त्याचा लेप करतात. परमा, बस्तिशोथ, मूत्रपिंडशोथ व हृदयशोथांत दुःख निवारणार्थ पानांचा रस देतात. आव, तसेच थुंकीतून रक्त पडत असल्यास व कफज्वरांत कामोणीच्या पानांचा अंगरस देतात. जलशोथ व मुखव्रणात पानांचा आणि फांद्यांचा अंगरस देतात. ज्वर, जुलाब, जलशोथ आणि नेत्ररोगांत फळांचा वापर करतात.

कामोणीच्या मुळांची साल विरेचक असून डोळे, कान आणि नाकांच्या रोगात उपयोगी आहे. मानेतील व्रण, घशाची जळजळ, यकृताचा दाह, दीर्घकालीन ताप, मुरडा या विकारांतही कामोणीच्या मुळांची साल उपयुक्त आहे. कामोणीच्या पानांचा पाक कफोत्सर्जक आणि स्वेदकारी आहे. कोकणात कामोणीचे कोवळे शेंडे दीर्घकालीन त्वचारोगात वापरतात. हृदयरोगात पायांना व पावलांना सूज येते, तेव्हा या वनस्पतीचा मूत्रवर्धक व स्वेदकारक म्हणून वापर करतात. कामोणी या वनस्पतीत 'सोलॅनीन' अल्कलॉईड आहे. कामोणी या वनस्पतीच्या पानांची भाजी करतात. पित्तप्रकोपात कामोणीच्या पानांची भाजी फार उपयोगी पडते. दीर्घ त्वचारोग, इसब, गजकर्ण यांसारख्या त्वचाविकारांत कामोणीच्या पानांची व कोवळ्या खोडांची व देठांची भाजी फार गुणकारक आहे. या भाजीमुळे लघवीस व शौचास साफ होते.

कामोणीची भाजी : पाककृती १

साहित्य : कामोणीची कोवळी पाने, चिरलेल्या हिरव्या मिरच्या, लसूण पाकळ्या, चिरलेला कांदा, मोहरी, जिरे, हिंग, हळद, मीठ, तेल इत्यादी

कृती : पाने स्वच्छ धुऊन चिरून घ्यावीत. तेलात फोडणीचे साहित्य घालून कांदा, मिरच्या, ठेचलेली लसूण खमंग परतावी. नंतर चिरलेली भाजी घालून सर्व मिश्रण चांगले परतून घ्यावे. मीठ घालून भाजी वाफवावी.

कामोणीची भाजी : पाककृती २

साहित्य : कोवळी पाने, कोवळे शेंडे, मूग डाळ, दाणेकूट, हिरव्या मिरच्यांची पेस्ट, तेल, डाळीचे पीठ, लसूण पाकळ्या, मोहरी, हिंग, हळद, चिंच, गूळ इत्यादी

कृती : पाने व कोवळे शेंडे स्वच्छ धुऊन घ्यावे. चिरलेली भाजी व मूगडाळ कुकरमध्ये शिजवून, घोटून त्यात डाळीचे पीठ घालावे. फोडणीत भाजी घालावी. मिरची पेस्ट, मीठ, दाणेकूट, चिंच व गूळ घालून भाजी शिजवावी. ही भाजी फार घट्ट नसावी.

काटेकोळसुंदा

शास्त्रीय नाव	:	*Hygrophila schulli* (हाइग्रोफिला सिच्युली)
कुळ	:	Acanthaceae (एकेन्थेसीई)
स्थानिक नावे	:	कोळसुंदा, काटेकोळशिंदा, तालीमखाना
संस्कृत नावे	:	कोकिलाक्ष, वज्रकंटक
हिंदी नावे	:	तालिमखाना, गोखलकांटा
गुजराती नावे	:	गोखरन, इखरो

काटेकोळसुंदा ही वनस्पती भारत, श्रीलंका, दक्षिण आफ्रिका या देशातील उष्ण कटिबंध प्रदेशात आढळते. पाणथळ, दलदलीच्या ठिकाणी, ओलसर जागी, भाताच्या शेतात काटेकोळसुंदा वाढलेली दिसते. ही महाराष्ट्रात सर्वत्र आढळते.

काटेकोळसुंदा ही वर्षायू, रोपवर्गीय, काटेरी वनस्पती असून ती दोन ते तीन फूट उंच वाढते. खोड चौकोनी ते गोलाकार, ताठ वाढणारे. पेरांवर खोड जाड, चौकोनी, लांब केसांनी पुलकित. खोड हिरवट-जांभळ्या रंगाचे, लोमश. पाने साधी, समोरासमोर. प्रत्येक पेरावर सहा पाने, बाहेरील दोन मोठी १८ x ३.२ सें.मी., आतील चार पाने लहान, ३.५ ते ३.८ सें.मी.लांब. पाने लांबट, टोकाकडे व तळाकडे साधारण निमुळती, केसाळ, देठरहित.

पानांच्या बेचक्यातून चार ते सहा तीक्ष्ण, ३ ते ४ सें.मी. लांब, पिवळसर किंवा जांभळ्या रंगाचे काटे तयार होतात. फुले निळसर-जांभळ्या रंगाची, अनियमित, द्विलिंगी. प्रत्येक पेरावर आठ फुले, चार जोड्यांमध्ये पानांच्या बेचक्यातून गुच्छाने येतात. पुष्पमुकुट चार दलांचा, एक दल आकाराने मोठे, बाकी तीन लहान, पानांसारखे, केसाळ. पुष्पकोश पाच संयुक्त पाकळ्यांचा, अनियमित, द्विओष्ठी, पुष्पनलिका टोकावर फुगीर, ओष्ठ वेगवेगळे, वरचा ओष्ठ द्विविभाजित. खालचा ओष्ठ त्रिखंडीत. पुंकेसर चार, दोन लांब व दोन खुजे, केसरतंतू तळाकडे पाकळ्यांना चिकटलेले. बीजांडकोश दोन कप्पी, परागवाहिनी लोमश, परागधारिणी दुभागलेली. फळे बोंडवर्गीय, लांबट-गोल, टोकदार, रेषाकृती. बिया चार ते आठ, आयताकृती.

काटेकोळसुंदा या वनस्पतीला जून ते जानेवारी या कालावधीत फुले - फळे येतात. तिच्या बियांना 'तालीमखाना' म्हणतात.

औषधी गुणधर्म

वेदनास्थापक व बलदायक औषधी वनस्पती म्हणून काटेकोळसुंदा प्रसिद्ध आहे. या वनस्पतींचे मूळ, पाने, बिया, संपूर्ण अंग औषधात वापरतात. काटेकोळसुंदाचे मूळ शीतल, वेदनास्थापक व मूत्रजनक आहे. मुळांचा काढा परमा व बस्तिशोथ या रोगात देतात. यामुळे लघवीचे प्रमाण वाढून परमा कमी होतो. या वनस्पतीच्या संपूर्ण अंगाची राख मूत्रजनक आहे. यकृतविकारात मुळांचा काढा किंवा पंचांगाची राख देतात. जननेंद्रिये व उत्सर्जक इंद्रियांच्या रोगात मुळांचा काढा मूत्रवर्धक म्हणून वापरतात. या वनस्पतीची राख व त्यापासून होणारा क्षार मूत्रवर्धक असल्याने मूतखडा या विकारात उपयुक्त आहे. बिया शीतल, पौष्टिक व कामोत्तेजक आहेत, गर्भाशयास शामक, वातरक्त व रक्त पित्तविकारात उपयोगी आहेत. बिया चरबीकारक व रक्तसुधारक आहेत. बिया परम्यात देतात. अशक्तपणात बिया, दूध व साखरेबरोबर देतात.

काटेकोळसुंदाची पाने स्निग्ध, पौष्टिक व कामोत्तेजक गुणधर्माची आहेत. अतिसार, आमांश, तृषारोग, पित्तप्रकोप, डोळ्यांचे रोग, जलोदर, उदरत्रास, पांडुरोग, बद्धकोष्ठता, लघवी न होणे या विकारांवर पाने उपयुक्त आहेत. या वनस्पतीची पाने मुतखडानाशक व दाहनाशक आहेत. युनानी औषधी पद्धतीत पाने खोकल्यात वापरतात. दीर्घकालीन सूज, कटिशूल आणि सांधे दुखण्यात पाने वाटून त्याचा लेप लावतात. पाने आणि बिया शोथशामक व मूत्रवर्धक आहेत. कावीळ आणि सर्वांगशोथात उपयुक्त आहेत.

पावसाळ्यात पाणथळ ठिकाणी सर्वत्र भरपूर वाढणारी ही वनस्पती आहे. काटेकोळसुंदाची भाजी चवीला गोड असून गुणधर्माने थंड आहे. शरीरात वाढलेला पित्तदोष या भाजीच्या सेवनाने कमी होतो. मूतखड्यासाठी ही भाजी अत्यंत उपयुक्त आहे. ही भाजी रुचकर व बल्यकर असल्याने शरीराचे नीट पोषण करते, त्याचबरोबर पुरुषांची शुक्रवृद्धी व कामोत्तेजना वाढवण्यास ही भाजी उपयोगी ठरते.

वरचेवर जळजळीत गरम पित्ताचे जुलाब होत असल्यास काटेकोळसुंदाच्या कोवळ्या पानांची भाजी करून खावी, यामुळे लक्षणात त्वरित सुधारणा होतात. 'गाऊट' सारख्या संधिवातामध्ये रक्तातील युरिक ॲसिडचे प्रमाण वाढलेले असते, अशा वेळी या वनस्पतीच्या पानांची भाजी खाल्ल्यास सांध्यांची सूज कमी होऊन वेदना कमी होतात. पित्ताश्मरी म्हणजेच 'गॉल ब्लॅडर स्टोन' मध्येही काटेकोळसुंदाच्या पानांची भाजी अत्यंत उपयुक्त आहे.

काटेकोळसुंदाची भाजी : पाककृती १

साहित्य : काटेकोळसुंदाची कोवळी पाने, भिजवलेली तूरडाळ किंवा मूगडाळ, कांदा, ओली मिरची, मीठ, जिरे, लसूण, तेल इत्यादी.

कृती : पाने स्वच्छ धुऊन चिरून घ्यावीत. चिरलेली भाजी पाण्यात शिजवून घेऊन गार झाल्यावर पिळून घ्यावी. तेलामध्ये चिरलेला कांदा, लसूण, जिरे, चिरलेली ओली मिरची घालून फोडणी चांगली परतून घ्यावी. नंतर शिजवून घेतलेली भाजी व शिजवलेली डाळ घालून परतून घ्यावे व भाजी चांगली वाफवून घ्यावी.

काटेकोळसुंदाची भाजी : पाककृती २

साहित्य : कोवळी पाने व कोवळी टोकाकडील खोडे, लसूण, हिरव्या मिरच्या, तेल, जिरे, मीठ इत्यादी

कृती : भाजी स्वच्छ धुऊन, चिरून घ्यावी. चिरलेली भाजी पातेल्यात पाणी घेऊन त्यात उकडावी. भाजी पिळून पाणी टाकून द्यावे. लसणाच्या पाकळ्यांचे व ओल्या मिरच्यांचे लहान तुकडे करावेत. कढईत तेल घालून जिऱ्याची फोडणी करावी. नंतर त्यात लसूण व मिरचीचे तुकडे घालून लसूण लालसर झाल्यानंतर त्यात उकडून घेतलेली भाजी घालावी. गरजेप्रमाणे मीठ घालावे. काही वेळ झाकण ठेवून मंद आचेवर भाजी वाफवावी. भाजी नीट परतून घ्यावी. हिरव्या मिरचीऐवजी सुकी लाल मिरचीही वापरता येईल. कांदा व टोमॅटो चिरून घालूनही भाजी करता येते.

काटेमाठ

शास्त्रीय नाव	:	*Amaranthus spinosus* (ॲमरेन्थस स्पायनोसस)
कुळ	:	Amaranthaceae (ॲमरेन्थेसी)
इंग्लिश नाव	:	Prickly Amaranth (प्रिकली ॲमरेन्थ)
स्थानिक नावे	:	जंगली माठ
हिंदी नावे	:	कांटाचौलाई, कांटानटिया
गुजराती नाव	:	कांटाळा डांभो
संस्कृत नाव	:	तंडूलिय

काटेमाठ या रोपवर्गीय वनस्पतीला इंग्रजीत 'प्रिकली ॲमरेन्थ' तर हिंदीत 'कांटाचौलाई' अशी नावे आहेत. पावसाळ्यात पडीक, ओसाड जमिनीवर, रस्त्यांच्या कडेला, शेतात, कचऱ्याच्या ढिगांवर सर्वत्र तण म्हणून काटेमाठ ही वनस्पती वाढलेली आढळते. काटेमाठ एक ते दोन फुटांपर्यंत उंच वाढते. खोड गोलाकार, सरळ उंच वाढणारे. फांद्या अनेक, हिरवट-लालसर. पानांच्या बेचक्यातून अर्धा इंच लांब काटे तयार होतात.

पाने साधी, एकाआड एक, २ ते ६ सें.मी. लांब व ०.५ ते ३.५ सें.मी. रुंद, अंडाकृती, विशालकोनी. फुले लहान, एकलिंगी, नियमित, हिरवट-पिवळसर, फांद्यांच्या टोकांवर तसेच पानांच्या बेचक्यातून तयार होणाऱ्या लांबट पुष्पमंजिरीत येतात. नरफुले व मादीफुले संख्येने विपुल, एकाच पुष्पमंजिरीत येतात. पुष्पकोश पाच पाकळ्यांचा, तळाकडे चिकटलेला. पाच पुंकेसर. बीजांडकोश एककप्पी, परागवाहिन्या दोन. फळे लहान, बोंडवर्गीय, लंबवर्तुळाकृती, वरचा भाग जाड, सुरकुतलेला. चकचकीत, काळसर, गोल आकाराच्या दोन ते तीन बिया. काटेमाठ या वनस्पतीला सप्टेंबर ते नोव्हेंबर महिन्यांत फुले व फळे येतात.

औषधी गुणधर्म

काटेमाठ शीतल, मूत्रजनक, स्तन्यजनक, दीपक, संसर्गरक्षक, सारक, ज्वरशामक गुणधर्माची आहे. काटेमाठाची मुळे औषधात वापरतात. काटेमाठ गर्भाशयास शक्ती देणारी आहे. भूक वाढवणारी आहे. पित्तप्रकोप, रक्तविकार, श्वासनलिका दाह, मूळव्याध, श्वेतप्रदर या विकारांवर काटेमाठ गुणकारी आहे.

काटेमाठाच्या मुळांचा काढा परम्यात देतात. काढ्यात काटेमाठाबरोबर आघाडा व ज्येष्ठमध द्यावा. यामुळे पुष्कळ लघवी होऊन परमा धुऊन जातो. काटेमाठामुळे गर्भाशयशूल कमी होतो आणि

रक्त वाहणे बंद होते. गर्भपात होण्याची सवय काटेमाठाने कमी होते. गरोदरपणात मुळांचा काढा तीन-चार दिवस देतात. इसब या त्वचारोगात दाह कमी करण्यासाठी काटेमाठाची पाने वाटून लेप करतात. गळवे लवकर पिकण्यासाठी मुळाचा लेप करतात. काटेमाठाची पाने व मुळे उकळून लहान मुलांना विरेचक म्हणून देतात. मुळे ज्वरनाशक तसेच दुग्धवर्धक म्हणून वापरतात. दूध वाढण्यासाठी काटेमाठाची खोडे व पाने तुरीच्या डाळीबरोबर उकडून देतात.

काटेमाठाची भाजी पौष्टिक असून पचनास हलकी आहे. ही भाजी पौष्टिक असल्याने, बाळंतिणीला भाजी दिल्यास तिच्या अंगावरील दूध वाढण्यास मदत होते. अतिरजस्राव, श्वेतप्रदर या स्त्रियांच्या विकारात ही भाजी खाल्ल्याने गुण येतो. गर्भाशय शैथिल्य, सूज यांवरही काटेमाठाची भाजी उपयोगी पडते. गरोदरपणात ही भाजी वरचेवर खाल्ल्याने गर्भपात होण्याचे टळते व गर्भाचे नीट पोषण होते. काटेमाठाची कोवळी पाने व कोवळ्या फांद्या भाजी करण्यासाठी वापरतात. काटेमाठाची भाजी पौष्टिक असून, पचनास हलकी आहे.

काटेमाठाची भाजी

साहित्य : काटेमाठाची ताजी कोवळी पाने, कांदा, लसूण, मीठ, हिरव्या मिरच्या, ओले खोबरे, तेल, फोडणीचे साहित्य इत्यादी

कृती : पाने निवडून स्वच्छ धुऊन चिरून घ्यावीत, कांदा व मिरच्या चिरून घ्याव्यात. चिरलेले कांदे फोडणीत तांबूस होईपर्यंत परतावेत. मिरच्यांचे तुकडे व लसणीच्या पाकळ्या फोडणीतच टाकाव्यात. नंतर त्यात चिरलेली भाजी घालावी. गरज वाटल्यास एखादा पाण्याचा हबका मारावा व झाकण ठेवून भाजी शिजवून घ्यावी. भाजी परतून अर्धवट शिजल्यावर चवीनुसार मीठ घालावे व भाजी शिजत आल्यावर ओले खोबरे व कोथिंबीर घालावी.

काटेमाठाची पातळ भाजी

साहित्य : काटेमाठाच्या कोवळ्या फांद्या व कोवळी पाने, तुरीची डाळ, हिरव्या मिरच्या, लसूण, गूळ, आमसूल, कांदा, तेल, हळद, मीठ, फोडणीचे साहित्य इत्यादी

कृती : भाजी स्वच्छ धुऊन घ्यावी. कोवळ्या फांद्या व पाने देठासहित बारीक चिरून घ्यावीत. तुरीची डाळ चांगली शिजवून घ्यावी, त्यात मीठ, हळद, पाणी घालून चांगली घोटावी. तेलात मोहरी, मिरच्यांचे तुकडे, लसणाच्या पाकळ्या टाकून तळाव्यात. नंतर त्यात चिरलेली भाजी घालून परतून घ्यावी. दोन-तीन वाफा आल्यानंतर त्यावर घोटलेली डाळ ओतावी. चवीसाठी थोडा गूळ, आमसूल टाकून उकळी आणावी. अशा प्रकारे काटेमाठाची पातळ भाजी तयार करता येते.

कुडा

शास्त्रीय नाव	:	*Holarrhena pubescens* (होलेऱ्हेना प्युबेसिन्स)
कुळ	:	Apocynaceae (ॲपोसायनेसी)
इंग्लिश नाव	:	Konesi Bark Tree (कोनेसी बार्क ट्री)
स्थानिक नावे	:	पांढरा कुडा, सफेद कुडा
हिंदी नावे	:	कुरेया, करोही
गुजराती नाव	:	कडो
संस्कृत नाव	:	कुटज

कुडाचे अर्थात पांढऱ्या कुड्याचे मोठे झुडूप किंवा लहान झाड असते. खोड व फांद्या खडबडीत, साल फिकट तपकिरी किंवा राखाडी रंगाची. फांद्या अनेक, पसरणाऱ्या पण खाली झुकलेल्या. मूळ वेडेवाकडे, खडबडीत, उदी रंगाचे. पाने साधी, समोरासमोर १० ते ३० सें.मी. लांब, ५ ते ११ सें.मी. रुंद, अंडाकृती किंवा लंब वर्तुळाकार, चिकयुक्त. चिक दुधी रंगाचा, पांढरा. देठ लहान.

फुले पांढरी, द्विलिंगी, नियमित, फांद्यांच्या टोकाला ८ ते १५ सें.मी. व्यासाच्या गोलाकार पुष्पमंजिरीत येतात. फुले सुकल्यावर पिवळसर - तपकिरी बनतात. पुष्पकोष पाच दलांचा, दले अर्धवट चिकटलेली.

एकमेकांस चिकटलेल्या पाच पाकळ्या, खाली निमुळत्या नळीसारख्या. पुष्पमुकुटनळी २ सें.मी. लांब, आतल्या बाजूस केसाळ. पाच पुंकेसर, पुष्पनळीस चिकटलेले. बीजांडकोश दोन सुट्या कोशांनी बनलेला, बीजांडे अनेक. फळे पेटीकावर्गीय, शेंगांसारखी, २० ते ४८ सें.मी. लांब, दंडगोलाकार, नेहमी पांढऱ्या ठिपक्यांनी युक्त. फळे जोडीने येतात पण सुटी असतात. बिया अनेक, करड्या किंवा बदामी रंगाच्या केसांसहित. पांढऱ्या कुड्याला फेब्रुवारी ते जूनमध्ये फुलांचा बहार येतो.

पांढरा कुडा ही महत्त्वाची औषधी वनस्पती असून औषधात मुळाची साल व बिया वापरतात. पांढऱ्या कुड्याच्या बियांना 'कडवा इंद्रजव' किंवा 'इंद्रजव' असे म्हणतात. त्यांची रुची कडू व जरा तुरट असते.

बिया भूकवर्धक व आतड्यांना स्तंभक आहेत. कुष्ठरोग, त्वचारोग यात गुणकारी आहेत. धावरे, रक्तस्रावयुक्त मूळव्याध, थकवा यांमध्ये कुड्याच्या बिया उपयुक्त आहेत. बिया वातघ्न, शक्तिवर्धक व कामोत्तेजक आहेत. छातीचा त्रास, दमा या विकारात युनानी औषधी पद्धतीत कुड्याच्या बिया वापरतात. बिया स्तंभक व ज्वरनाशक असून ताप, अतिसार, आमांश आणि आतड्यातील कृमीतही त्यांचा वापर करतात. आव कमी करण्यासाठी बियांचा काढा उपयुक्त आहे. मुलांच्या रक्तातिसारात

औषधी गुणधर्म

कुड्याच्या बिया आणि नागरमोथा ह्यांच्या काढ्यात मध घालून देतात. संग्रहणीत भाजलेल्या बिया देतात. रक्तार्शांत बिया व सुंठ यांचा काढा देतात. बियांचे चूर्ण चिमूटभर रोज खाल्ल्यास अन्न जिरते, पोटात वायू धरत नाही व जंत असल्यास पडतात. नळाश्रित वायू व पोटशूळ यामध्ये इंद्रजव उत्तम औषध आहे. कुपचनात भाजलेल्या बियांच्या काढ्याने किंवा फांटाने उलटी बंद होते. हिरड्यांतून रक्त वाहणे, मुखाला दुर्गंधी यांवर बियांचे चूर्ण हिरड्यांवर चोळतात.

कुड्याची साल कडू, तिखट, तुरट व कृमिनाशक आहे. आमांश, अतिसार, ताप, कावीळ, कुष्ठरोग, कफ, त्वचाविकार, प्लीहारोग व पित्तप्रकोप यात साल गुणकारी आहे. साल जखमा भरुन आणणारी, रक्तस्तंभक असून हिरड्या मजबूत करते. सालीच्या रसाच्या गोळ्या बनवून अतिसार व आमांशात देतात. मुळाच्या सालीचा काढा, गुळवेलीच्या सालीच्या काढ्याबरोबर एकत्र करुन दीर्घकालीन तापात देतात. तसेच ताजे मूळ आंबट ताकात उगाळून दर चार तासांनी दिल्यास ज्वर कमी होतो, वारंवार शौचास होणे कमी होते आणि मळांतील रक्त कमी होते. दंतशूळात सालीच्या गरम काढ्याने गुळण्या करतात. आमवातात आणि संधिशोथात सालीचा लेप करतात. जलशोथात सालीचे चूर्ण सर्वांगावर चोळतात.

कुड्याच्या पानांत व फुलांमध्येही औषधी गुणधर्म आहेत. पाने स्तंभक, दुग्धवर्धक व शक्तिवर्धक असून स्नायूंचे दुखणे कमी करतात. दीर्घकालीन श्वासनलिका दाह, कटिशूल, वारंवार मूत्र प्रवृत्ती, केसतूट, व्रण, जखमा भरण्यासाठी पाने उपयुक्त आहेत. कुड्याची फुले शीत, भूकवर्धक, रक्तरोग व पांढऱ्या कोडात गुणकारी असून वातकारक आहेत.

पांढरा कुडा ही वनस्पती महाराष्ट्रात बहुतेक सर्व ठिकाणी पानझडी जंगलात सर्वत्र आढळते. कुड्याच्या फुलांची, कोवळ्या फळांची तसेच पानांचीही भाजी करतात.

कुड्याच्या फुलांची भाजी

साहित्य : कुड्याची फुले, चिरलेला कांदा, तेल, जिरे, हळद, मीठ, तिखट, हिंगपूड इत्यादी

कृती : फुले चिरून घ्यावीत, नंतर पाण्यात उकडून घ्यावीत. कढईत तेल घालून त्यात चिरलेला कांदा, जिरे भाजून घ्यावीत त्यामध्ये उकडलेली फुले, हळद, मीठ, तिखट व हिंगपूड घालून भाजी चांगली परतून घेऊन शिजवावी. (या भाजीला विशिष्ट सुगंध असतो.)

कुड्याच्या शेंगांची भाजी

साहित्य : चवळीपेक्षा थोड्या मोठ्या आकाराच्या कोवळ्या शेंगा, चिरलेला कांदा, तेल, हळद, मीठ, तिखट इत्यादी.

कृती : शेंगा स्वच्छ धुऊन चिराव्यात. शेंगा चिरण्यापूर्वी हाताला तेल लावावे म्हणजे त्याचा चीक हाताला लागणार नाही. चिरलेल्या शेंगा पाण्यात शिजवून घ्याव्यात. कढईत तेल घालून चिरलेला कांदा परतून घेतल्यावर त्यात शिजवलेल्या शेंगा घालून त्यावर हळद, तिखट, मीठ टाकून भाजी चांगली परतून घ्यावी व शिजवावी.

कुड्याच्या शेंगांची भाजी चवीला थोडी कडवट, तिखट असून उष्ण आहे. पावसाळ्यात गढूळ पाण्यामुळे अनेक रोग होतात, विशेषतः अतिसार यासारखे रोग होऊ नयेत म्हणून पावसाळ्यात कुड्याच्या फळांची भाजी करतात. या फळभाजीमुळे जंतही पडतात.

कुड्याच्या पानांची भाजी

साहित्य : कुड्याची कोवळी पाने, लसूण पाकळ्या, तेल, जिरे, मीठ, हिरवी मिरची इत्यादी

कृती : कुड्याची पाने स्वच्छ धुऊन चिरून घ्यावीत व थोड्याशा पाण्यात हलकी शिजवावीत. कढईत तेल घेवून जिरे व लसूण घालून फोडणी द्यावी. हिरवी मिरची चिरून त्याचे लहान तुकडे फोडणीत टाकून भाजून घ्यावी. नंतर शिजवलेली भाजी घालून भाजी मंद गॅसवर झाकण झाकून, चवीपुरते मीठ घालून शिजवावे.

(कुड्याच्या पानांची भाजी जंत पडण्यासाठी उपयुक्त आहे. जुनाट आमांश व रक्तिमुळव्याधीसाठी या भाजीचा उपयोग होतो.)

कुरडू

शास्त्रीय नाव	:	*Celosia argentea* (सिलोसिया अ‍ॅरजॅनटिया)
कुळ	:	Amaranthaceae (अ‍ॅमॅरॅनथेसी)
हिंदी नावे	:	सुर्वाली, सफेदमुर्गा
गुजराती नाव	:	लांपडी
संस्कृत नाव	:	शितवार

कुरडू (कुर्डू) हे शेतात वाढणारे तण आहे. ही रोपवर्गीय वनस्पती एक ते तीन फुटांपर्यंत उंच वाढते. कुरडू ओसाड जागेवरही सर्वत्र वाढते. हे तण 'अ‍ॅमॅरॅनथेसी' या कुळातील म्हणजेच आघाडा, तांदळीच्या कुळातील आहे.

खोड व फांद्या गोलाकार. पाने साधी, एका आड एक, ०.५ ते १०.०० सें.मी.लांब, ०.३ ते २.७ सें.मी. रुंद, लांबट. पाने तळाकडे निमुळती, देठविरहित. फुले लहान, तांबूस-गुलाबी, नंतर पांढरट बनतात. फुले फांद्यांच्या टोकांवर, लांबट पुष्पमंजिरीत येतात. पुष्पमंजिरी ३ ते १२ सें.मी. लांब व २ ते २.५ सें.मी. रुंद. पाकळ्या ५, तळाशी एकमेकांस चिकटलेल्या. पुंकेसर ५, तळाशी एकमेकास चिकटलेले. बीजांडकोश एक कप्पी, २ ते ३ बीजांडे. परागवाहिनी लांब, फळामध्येही कायम राहते. फळे लहान, गोलाकार. बिया ४ ते ८, काळ्याउदी रंगाच्या, चमकदार, गोलाकार, चपट्या. कुरडू या वनस्पतीस ऑक्टोबर ते डिसेंबर महिन्यात फुले येतात, नंतर फलधारणा होऊन फळे व बिया तयार होतात. उन्हाळ्यात ही वनस्पती वाळून जाते.

औषधी गुणधर्म

कुरडूच्या कोवळ्या पानांची भाजी करतात. बिया औषधात वापरतात. बिया थंड, शीतल, स्नेहन आणि पौष्टिक गुणधर्माच्या आहेत. बियांचे चूर्ण खडीसाखर व गरम दुधाबरोबर कामशक्ती वाढवण्यासाठी देतात. बियांचा फांट जुलाबात देतात. लघवी बंद झाल्यास किंवा कमी प्रमाणात होत असल्यास बियांचे चूर्ण खडीसाखरेबरोबर देतात. निद्रानाशात झोप येण्यासाठी बियांची भाजी करून खातात. मूतखड्यावर कुरडूच्या बिया खडीसाखरेबरोबर घ्याव्यात. कफ मूत्रकृच्छावर कुरडूच्या बिया ताकाबरोबर कुटून प्याव्यात.

रानमळ्यात, डोंगरमाळांवर उगवणारी कुरडू ही वनस्पती परिसरातील सर्वसामान्य लोकांच्या आहारातील महत्त्वाची भाजी आहे. कुरडूच्या पानांची भाजी नियमित खाणाऱ्यांना उपशम मिळालेला दिसून येतो. या पौष्टिक भाजीच्या सेवनामुळे अंगातील थकवा दूर होतो. पुरुषांच्या जननसंस्थेमध्ये शुक्रजंतूंची वाढ होण्यासाठी ही भाजी उपयुक्त ठरते, तर काही प्रमाणात लैंगिक थकवाही या भाजीने दूर होतो.

उन्हाळ्यातील गरमीमुळे आणि उष्ण गुणांची (आंबे, फणस इत्यादी) फळे खाऊन पोटाला आलेली उष्णता नाहीशी करण्यासाठी कुरडूची भाजी उपयुक्त आहे. कुरडू तुरट, पचायला हलकी असून पित्ताचा त्रास कमी करते. त्वचाविकार व स्थौल्य असणाऱ्यांना ही भाजी गुणकारक आहे. या भाजीत फॉस्फरस व कॅल्शिअम आहे.

पित्ताशयात जे पित्ताचे खडे होतात (पित्ताश्मरी) या विकारामध्ये ही भाजी पथ्यकर आहे.

कुरडूची भाजी : पाककृती १

साहित्य : कुरडूची कोवळी पाने, लसूण, कांदा, ओली मिरची, तेल, ओले खोबरे, मीठ, हळद इत्यादी

कृती : कुरडूची पाने स्वच्छ धुऊन, पाणी निथळत ठेवावे. सर्व पाणी निथळून गेल्यावर भाजी बारीक चिरावी. कढईत फोडणीपुरते तेल तापवून त्यात लसणीच्या सोललेल्या पाकळ्या टाकाव्यात, त्या लालसर झाल्यावर त्यावर चिरलेली कांदा मिरची त्यानंतर चिरलेली भाजी घालावी. कढई झाकून भाजी वाफेवर शिजू द्यावी. भाजी शिजत आली की परतून घ्यावी. त्यात मीठ, हळद व किसलेले ओले खोबरे टाकून भाजी ढवळावी. या भाजीत लोहाचे प्रमाण अधिक असते. ही भाजी सारक आहे.

कुरडूची भाजी : पाककृती २

साहित्य : कुरडूचा कोवळा पाला चार वाट्या, दोन कांदे, दोन हिरव्या मिरच्या, तिखट, गूळ, तेल, मीठ इत्यादी

कृती : पाला बारीक चिरावा. तेलाच्या फोडणीत बारीक चिरलेला कांदा एक वाटी, मिरचीचे तुकडे टाकून तांबूस होईपर्यंत परतावे, नंतर त्यावर चिरलेला पाला टाकून परतावा. चवीप्रमाणे तिखट, मीठ, गूळ, खोबरे घालून मंद आचेवर वाफा येऊ द्याव्यात.

केना

शास्त्रीय नाव : *Commelina benghalensis* (कॅमिलीना बेन्गॉलीएन्सीस)

कुळ : Commelinaceae (कॉमिलीनिएसी)

केना ही वर्षायू रोपवर्गीय वनस्पती असून ती महाराष्ट्रात सर्वत्र आढळते. केना ही वनस्पती बागांत, शेतांत, ओसाड, पडीक जमिनीवर, ओलसर, पाणथळ जमिनीवर वाढते. खोड नाजूक, जमिनीवर पसरत वाढणारे, साधारण मांसल, आतून बुळबुळीत. खोडांच्या पेऱ्यापासून मुळे फुटतात. अशाप्रकारे शाकीय पद्धतीने केना ही वनस्पती वेगाने पसरत वाढते. पाने साधी, एकाआड एक, अंडाकृती, लंबगोलाकार, थोडी जाडसर, मांसल, २.५ ते ९.० सें.मी. लांब, व १.० ते ५.० सें.मी. रुंद, देठरहित. फुले निळसर, द्विलिंगी, अनियमित, फांद्यांच्या टोकांवर, बोटीच्या आकाराच्या गुच्छात समूहाने येतात. पाकळ्या तीन, अनियमित, कडा नागमोडी. पुंकेसर तीन, परागकोश पिवळसर. वांझ पुंकेसर तीन, पांढरट. बीजांडकोश तीन कप्पी, प्रत्येक कप्प्यात दोन बीजांडे. केना पावसाळ्यात मुबलक प्रमाणात आढळते. जून ते नोव्हेंबर महिन्यांत केना वनस्पतीला फुले, फळे येतात. फळे बोंडवर्गीय. तीन कप्पी.

औषधी गुणधर्म

केनाच्या कोवळ्या पानांची भाजी केली जाते. अत्यंत रूचकर व पचनास हलकी अशी केनाची भाजी आहे. ज्यांना पचनाच्या तक्रारी, मलावरोधाचा त्रास आहे, अशांना या भाजीचा उपयोग केल्यास पोट साफ होऊन, पचनक्रिया नीट होऊ लागते. शरीरातील वाढलेले विषारी घटक लघवीवाटे बाहेर टाकून दिले जातात. त्वचाविकार, सूज आदी विकार या भाजीच्या नियमित वापराने कमी होतात. लघवी कमी होत असल्यास, या भाजीच्या सेवनामुळे लघवी साफ होण्यास मदत होते.

केनाच्या पानांची पातळ भाजी

साहित्य : केनाची कोवळी पाने, तेल, फोडणीचे साहित्य, तिखट किंवा हिरव्या मिरच्या, कांदा इत्यादी

कृती : पाने धुऊन, निथळून, चिरून घ्यावीत. तेलात चिरलेला कांदा व फोडणीचे साहित्य घालून फोडणी करावी, चिरलेला कांदा चांगला परतून घ्यावा. तिखट वापरणार नसल्यास हिरव्या मिरच्या चिरून त्या कांद्याबरोबरच परतून घ्याव्यात. कांदा लालसर झाल्यानंतर चिरलेली भाजी टाकावी. मीठ घालावे. मिरची न वापरल्यास, तिखट घालून भाजी परतावी व दोन वाफा येऊ द्याव्यात.
(या भाजीत डाळीचे पीठ घालून कोरडी भाजीही बनवता येऊ शकते.)

केनाच्या पानांची भाजी

साहित्य : निवडून धुऊन चिरलेली केनाची कोवळी पाने, चिरलेला कांदा, लसूण व हिरवी मिरची वाटून तयार केलेली पेस्ट, तेल, मोहरी, हिंग, हळद, मीठ इत्यादी

कृती : तेलाच्या फोडणीत कांदा, मोहरी व लसूण मिरची पेस्ट घालून परतून, चिरलेली भाजी घालावी. हळद मीठ घालून झाकण ठेवून शिजवावी.

केनाच्या पानांची भजी

साहित्य : ताजी केना पाने, डाळीचे पीठ, ओवा, तिखट, मीठ, खाण्याचा सोडा, तेल इत्यादी

कृती : केना पाने धुऊन स्वच्छ पुसून घ्यावीत. डाळीच्या पिठात तिखट, मीठ, ओवा, खाण्याचा सोडा व पाणी घालून पिठाचे थोडे पातळसर मिश्रण तयार करावे. कढईत तेल गरम झाल्यानंतर एक-एक पान पिठात बुडवून तेलात सोडावे व भजी तळून घ्यावीत. चटणी किंवा टोमॅटो सॉस बरोबर भजी खावीत.

गोखरू

शास्त्रीय नाव	:	*Tribulus terrestris* (ट्रायब्युल्स टेरिस्ट्रिस)
कुळ	:	Zygophyllaceae (झायगोफायलेसी)
इंग्लिश नाव	:	Small Caltrops (स्मॉल कॅलट्रोप्स)
स्थानिक नावे	:	सराटा, काटे गोखरू, लहान गोखरू, गोक्षुर
गुजराती नावे	:	नाहना, गोखरु
हिंदी नावे	:	भांखडा, छोटा गोखरू
संस्कृत नाव	:	क्षुद्रगोक्षुर

गोखरू ही वनस्पती उष्ण, कोरड्या, कमी पाऊस पडणाऱ्या प्रदेशात वाढते. शेतात, ओसाड, पडीक जमिनीवर ही तण म्हणून सर्वत्र आढळते. गोखरू हे तण असले तरी, ती महत्त्वाची औषधी वनस्पती असून तिला वर्षभर फुले व फळे येतात. गोखरू ही जमिनीवर पसरत वाढणारी रोपवर्गीय वनस्पती आहे.

खोड पसरत वाढणारे, केसाळ. फांद्या अनेक, बारीक, केसाळ, लवयुक्त. पाने संयुक्त, समोरासमोर, ५ ते ८ सें.मी. लांब. संमुख जोडीतील एक पान लांबीने दुसऱ्यापेक्षा आखूड. पर्णिकेच्या चार ते आठ जोड्या, ८ ते १२ मि.मी. लांब. पर्णिकांचे देठ अगदी लहान, पानाला उपपर्णाची जोडी. पर्णाक्षावर टोकाला पानांचा आकार लहान-लहान होतो. पर्णिकांच्या खालील बाजूस दाट लव व तळाकडील भाग विषम विभागी.

फुले पिवळी, द्विलिंगी, नियमित १ ते १.५ सें.मी. व्यासाची, पानांच्या बगलेत, विरुद्ध बाजूला, एकांडी. पुष्पकोश पाच दलांनी बनलेला. पाकळ्या पाच, रुंद. पुंकेसर दहा. बीजांडकोषाखालील चकती दहा भागांनी बनलेली. बीजांडकोष पाच कप्पी. परागधारिणी आकाराने मोठी, ५ भागांनी बनलेली. फळे गोलाकार पंचकोनी, पाच कप्पी. प्रत्येक कप्पीवर काट्यांच्या दोन जोड्या, एक जोडी लांब, एक लहान. फळांवरील काटे तीक्ष्ण, फळांच्या प्रत्येक कप्प्यात अनेक बिया. गोखरूची फळे नेहमी पायांना, कपड्यांना, जनावरांच्या शरीराला, वाहनांच्या चाकांना चिकटतात.

गोखरूचे मूळ व फळे औषधात वापरतात. मूळ बारीक, चिवट, १० ते १२ सें.मी. लांब, गोलाकार, फिकट उदी रंगाचे असते. त्यास थोडासा सुगंध असून रुची गोड तुरट असते. गोखरूचे मूळ दशमुळांतील एक घटक आहे. गोखरू स्नेहन, वेदनास्थापन, मूत्रजनन, संग्राहक व बल्य आहे. गोखरू शीतल असून मूत्रपिंडास उत्तेजक आहे.

औषधी गुणधर्म

गोखरूची फळे मूत्र विकारांवर, लैंगिक आजारपणात अत्यंत उपयोगी आहेत. फळांचा काढा संधिवातावर आणि मूत्राशयाच्या विकारावर उपयोगी आहे. मूत्रपिंडाच्या दुबळेपणात पाण्यात धणे, जिरे, गोखरू समप्रमाणात घेऊन कुटून, उकळवून गार करून घेतल्यास मूत्रप्रवृत्ती सुधारते, मूत्रपिंडास ताकददेखील येते. लघवी फार आम्लधर्मी असल्यास गोखरू फळांच्या काढ्यातून यवक्षार देतात. मूत्रपिंडशोथात लघवी क्षारस्वभावी व गढूळ असल्यास फळांच्या काढ्यातून शिलाजित देतात. मूतखड्यावर फळांचे चूर्ण मधात खलून देतात.

गोखरू परमा आणि बस्तिशोथात वापरतात. वाजीकरणासाठीही गोखरूचा वापर करतात. लैंगिक दुर्बलतेत गोखरू व तिळाचे चूर्ण मध बकरीच्या दुधातून देतात. धातुपुष्टतेसाठी गोखरू, गुळवेल आणि आवळे समभाग घेऊन त्याचे चूर्ण दुधातून द्यावे. आमवातात गोखरू व सुंठ यांचा काढा उपयुक्त आहे. पंडूरोगावर गोखरूचा काढा मध घालून देतात.

गर्भाशयाची शुद्धी होऊन वांझपणा नाहीसा होण्यासाठी गोखरू वापरतात. गर्भिणीच्या धूपणीस गोखरू चूर्ण खडीसाखर व तुपात कालवून देतात. धातुविकार व प्रदर या विकारांवर गोखरूची फळे तुपात तळून त्याचे चूर्ण करून गाईचे तूप व खडीसाखर घालून देतात.

गोखरूची पाने व कोवळी खोडे भाजीसाठी वापरतात, यामुळे मूतखडा होण्याची प्रवृत्ती थांबते. कारण एकदा मूतखडा झाला की वारंवार होत राहतो. हे होऊ नये म्हणून गोखरूची भाजी उपयोगी पडते. प्रमेहासारख्या व्याधीतही गोखरूची भाजी उपयुक्त ठरते. हृदयरोगांना मज्जाव करते. छाती भरली असल्यास ती कमी करण्यासाठी गोखरूची कोरडी भाजी देतात. कंबरदुखी, अंगदुखी यासाठी सुद्धा गोखरूची भाजी उपयोगी आहे.

गोखरूची भाजी

साहित्य : कोवळी पाने व खोडे, भिजवलेली मूगडाळ किंवा तूरडाळ, बारीक चिरलेला कांदा, जिरे, मोहरी, हिंग, तिखट, मीठ इ.

कृती : भाजी स्वच्छ धुऊन चिरून घ्यावी. कढईत तेल घेऊन त्यात जिरे, मोहरी, हिंग यांची फोडणी करून त्यात डाळ व कांदा परतून घ्यावा. नंतर चिरलेली भाजी घालावी व चांगले परतून घ्यावे. तिखट, मीठ घालावे. नंतर, थोडे पाणी घालून भाजी शिजवून घ्यावी.

गोजिभ

शास्त्रीय नाव	:	*Elephantopus scaber* (इलिफॅनटोपस स्कॅबर)
कुळ	:	Asteraceae (ॲस्टरेसी)
स्थानिक नावे	:	गोजिभ, गोजिव्हा, हस्तीपत्ता
हिंदी नाव	:	गोभी
गुजराती नाव	:	हस्तीपत्ता
संस्कृत नाव	:	गोजिव्हा

गोजिभ ही वर्षायू रोपवर्गीय वनस्पती असून ती जंगल परिसरात तसेच खेड्यांच्या आसपास, शेताच्या जवळ आढळते. ही वनस्पती कोकण, पश्चिम घाट, विदर्भ, मराठवाडा भागात आढळते. गोजिभ ही सूर्यफुलाच्या कुळातील वनस्पती आहे.

खोड अगदी लहान, आखूड जमिनीलगत खोडापासून अनेक मुळे जमिनीत पसरतात. जमिनीलगतच चक्राकार पद्धतीने पाने पसरलेली असतात. पाने अनेक, लंबगोलाकार, १२ ते २० सें.मी. लांब, ३.७ ते ५.५ सें.मी. रुंद, खरखरीत, कडा कातरलेल्या. पाने तळाकडे देठाशी निमुळती, टोकांकडे गोलाकार, पाने गाईच्या जिभेसारखी दिसतात, म्हणून या वनस्पतीला 'गोजिभ', 'गोजिव्हा' अशी नावे आहेत. हिची पाने पाथरीच्या पानांसारखी दिसतात; पण पाथरीची पाने गुळगुळीत व थोडी जाड असतात, खरखरीत नसतात.

आखूड, जमिनीवरील खोडापासून नंतर चक्राकार पानांच्या समूहातून २० ते ३० सें.मी. लांब, अनेक शाखांयुक्त खोड तयार होते. खोडावर एकाआड एक लहान पाने येतात. खोडांवर पांढरट केसाळ लव असते. फांद्यांच्या टोकांवर त्रिकोणी आकाराच्या पुष्पगुच्छात फुले येतात. फुले लहान, जांभळट-निळ्या रंगांची. पाकळ्या पाच, एकमेकांस चिकटून पुष्पनलिका तयार होते. एकमेकास चिकटलेले पुंकेसर पाच; पण खालील बाजूस सुटे, पाकळ्यांना चिकटलेले. बीजांडकोष दोन, चिकटलेले, पण एककप्पी. फळे लहान, लांबट, पंचकोनी. बी एक, लहान. फळांवर पांढरे लांबट केस, फळ प्रसारणासाठी मदत करतात. या वनस्पतीला सप्टेंबर-नोव्हेंबर महिन्यात फुले येतात.

गोजिभची पाने औषधी गुणधर्माची आहेत. ही मूत्रकृच्छावरील एक उत्तम औषधी वनस्पती म्हणून ओळखली जाते. या वनस्पतीची पाने भाजी करण्यासाठी वापरतात. रानामळ्यात, डोंगरावर ही भाजी पावसाळ्यात जोमाने वाढते. थोडी तुरट-कडू असली तरीही गुणाने गोड व पचण्यास हलकी आहे.

औषधी गुणधर्म

हृदयविकारात अंग सुजले असल्यास या भाजीचा चांगला उपयोग होतो. प्रमेह-मधुमेह या विकारात गोजिभच्या पानांची भाजी नियमित खाल्ल्याने रक्तातील शर्करा (ब्लड शुगर) कमी होते. मूत्रविकारामध्ये लघवीला जळजळणे, कळ येणे, त्याचबरोबर लघवीतून खर पडणे, लघवी गढूळ होणे अशा सर्व विकारांत ही भाजी खाल्ल्याने लवकर गुण येतो. ज्यांच्या जखमा लवकर भरत नाहीत, तसेच बरेच दिवस अंगात ताप टिकून राहिला असल्यास, शरीरातील विषद्रव्ये लघवीवाटे बाहेर फेकण्यास या भाजीचा चांगला उपयोग होतो. जुनाट त्वचारोग, सोरायसिस यांसारख्या आजारात शरीरात वाढलेली विषद्रव्ये, दोष या भाजीच्या आहारातील समावेशाने कमी होतात.

गोजिभच्या पानांची भाजी

साहित्य : गोजिभची कोवळी पाने, भिजवलेली डाळ, लसूण, बारीक चिरलेला कांदा, तेल, मीठ, हिरवी मिरची पेस्ट इत्यादी

कृती : गोजिभची पाने धुऊन बारीक चिरून घ्यावीत. पातेल्यात तेल घालून त्यात कांदा व लसूण घालून, लालसर होईपर्यंत परतून घेणे. त्यानंतर चिरलेली भाजी, हिरव्या मिरचीची पेस्ट व भिजवलेली डाळ घालावी. चवीपुरते मीठ घालावे व भाजी वाफवून शिजवावी.

गुळवेल

शास्त्रीय नाव : *Tinospora cordifolia* (टिनोस्पोरा कॉरडीफोलिया)
कुळ : *Menispermaceae* (मिनीस्पर्मेसी)
इंग्लिश नाव : Heart Leaved Munseed (हार्ट लिव्हड मूनसीड)
स्थानिक नावे : गरुडवेल, अमृतवेल, अमृतवल्ली
संस्कृत नावे : गुडूची व ज्वरनाशिनी
गुजराती नाव : 'गुलो'
हिंदी नाव : गिलोय

गुळवेलीचे बहुवर्षायू वेल महाराष्ट्रात सर्वत्र आढळतात. ही वनस्पती प्रामुख्याने भारत, पाकिस्तान, श्रीलंका, म्यानमार या देशांत आढळते.

गुळवेलीच्या मोठ्या वेली मांसल असून, मोठ्या झाडांवर व कुंपणावर पसरलेल्या असतात. हिच्या खोडास लांब धाग्यांसारखी, हिरवी मुळे फुटून ती खाली लोंबत असतात. खोड बोटांएवढे जाड असून त्यावरील साल पातळ, त्वचेसारखी असते, नंतर तिचे पापुद्रे निघतात. खोडांवर लहान-लहान छिद्रे असतात. खोड आडवे कापल्यास आतील भाग चक्राकार दिसतो. पाने साधी, एका आड एक, हृदयाकृती, गडद हिरवी व गुळगुळीत असतात. पानांचे देठ लांब. पानांवर ७ ते ९ शिरा दिसतात. रुंदी ५ ते १० सें.मी. असते.

फुले लहान, पिवळसर-हिरवी, नियमित व एकलिंगी असून पानांच्या बेचक्यातून आलेल्या लांब, नाजूक, खाली लोंबणाऱ्या पुष्पमंजिरीत येतात. नर व मादी फुले वेगवेगळ्या वेलींवर येतात. पुष्पमंजिरीत नरफुले गुच्छात तर मादी फुले एकांडी येतात. सहा पाकळ्या. सहा पुंकेसर. बीजांडकोश तीन कप्पी. परागधारिणी तीन विभागी. फळे गोलाकार, मोठ्या वाटाण्याएवढी, कठीण कवची, पिकल्यावर लाल, गुच्छांनी येतात. बी एक, खडबडीत कवच असणारी. गुळवेलीला नोव्हेंबर ते जून या कालावधीत फुले, फळे येतात.

गुळवेल महत्त्वाची औषधी वनस्पती असून तिची खोडे अनेक रोगांवरील औषधात वापरतात. गुळवेल कटूपौष्टिक, पित्तसारक, संग्राहक, मूत्रजनक, ज्वरनाशक गुणधर्माची आहे. गुळवेलीचे सत्त्व व काढा वापरतात.

औषधी गुणधर्म

ही वनस्पती ताप, तहान, जळजळ, वांती यावर उपयुक्त आहे. ती रक्तसुधारक असून पित्तवृद्धीच्या काविळीत गुणकारी व त्वचारोगात उपयोगी आहे. मधुमेह, वारंवार मूत्रवेग तसेच प्लीहावृद्धीत उपयुक्त आहे. गुळवेल कुष्ठ व वातरक्त विकारातही उपयुक्त आहे.

गुळवेलीचा पाण्यातील अर्क ज्वरनाशक म्हणून वापरतात. गुळवेलीचा काढा शक्तिवर्धक असून दुर्बल करणारे रोग, खंडित ताप आणि अपचनात वापरतात. गुळवेल सत्त्व दीर्घकालीन आम्लअतिसारात वापरतात. आतड्यांचा प्रक्षोम आणि शक्ती क्षीण झालेली असताना तसेच संधिवाताची लक्षणे दूर करण्यासाठी ही औषधी वनस्पती महत्त्वाची मानली जाते.

सौम्य विषमज्वरात आणि जीर्णज्वरात गुळवेलीचा चांगला उपयोग होतो. गुळवेलीने भूक लागते, अन्नपचन चांगले होते, रोग्याचा फिक्कटपणा कमी होतो, अशक्तपणा कमी होऊन शक्ती वाढते. कुपचन, पोटदुखी व काविळीत गुळवेल गुणकारी आहे. ही वनस्पती त्वचारोगांतही उपयुक्त आहे, यामुळे अंगाची खाज व दाह कमी होतो. मधुमेहामध्ये ही भाजी पथ्यकर आहे. साखरेचा इष्टानिष्ट परिणाम शरीरावर होतो, त्यामुळे थकवा येतो, अशा अवस्थेत ही भाजी वरचेवर खावी. वरचेवर होणारी सर्दी, खोकला, ताप यासाठी गुळवेलीची भाजी हितावह ठरते. त्वचेच्या विकारांचे मूळ कारण अनेक वेळा रक्तात असते. रक्तातील दोष नाहीसे करून, त्वचारोग कमी करण्यासाठी ही भाजी उपयोगी आहे. कामाचा अधिक ताण पडून शारीरिक थकवा येतो, तो दूर करण्यासाठी गुळवेलीची भाजी उपयोगी पडते.

गुळवेलीच्या कोवळ्या पानांपासून भाजी करतात. या भाजीने शरीरातील अग्नीचे वर्धन होते, त्यामुळे शरीरातील पचनाचे कार्य अधिक चांगले होते. कोणत्याही प्रकारच्या तापामध्ये ताप येऊन गेल्यानंतर गुळवेलीची भाजी खाणे फायद्याचे ठरते. काविळीसारख्या व्याधीत पथ्य फार असते, अशा वेळी काय खावे हा प्रश्न पडतो. अशा वेळी थोड्याशा तुपामध्ये गुळवेलीच्या पानांची भाजी करून खावी. यामुळे कावीळ कमी होण्यास मदत होते.

गुळवेलीच्या पानांची भाजी

साहित्य : गुळवेलीची कोवळी पाने, चिरलेला कांदा व लसूण, तेल, तिखट, मीठ इत्यादी

कृती : गुळवेलीची पाने स्वच्छ धुऊन, चिरून घ्यावीत. तेलात कांदा व लसूण लालसर होईपर्यंत परतून घेऊन नंतर त्यामध्ये चिरलेली भाजी घालावी, तिखट, मीठ घालून चांगले परतून घ्यावे व वाफ देऊन भाजी शिजवून घ्यावी.

घेटुळी

शास्त्रीय नाव : *Boerhavia diffusa* (बोरहेव्हीया डिफ्युसा)
कुळ : Nyctaginaceae (नेक्ट्ॅयाजिनेसी)
इंग्लिश नाव : (Spreading Hog Weed)
स्प्रेडिंग हॉग वीड व हॉर्स पर्सलेन
स्थानिक नावे : खापरा, तांबडी वसू, घेंटुली, पुनर्नवा
हिंदी नावे : साट, ठिक्रि
गुजराती नाव : रातीसाटोडी
संस्कृत नाव : शोथघ्नी

घेटुळी सर्वसामान्यपणे सर्वत्र, विविध प्रकारच्या जमिनीवर वाढताना आढळते. कोरडवाहू जमिनीत, शेताच्या बांधावर, बागेत, परसात, रस्त्यांच्या कडेला, पडीक जमिनीवर सर्वत्र मोठ्या प्रमाणावर वाढते. घेटुळी ही बहुवर्षायू रोपवर्गीय वनस्पती असून ती जमिनीवर सरपटत किंवा अर्धवट सरळ वाढणारी आहे. तिचे मूळ जाड, धुरकट-पांढरे असून जमिनीत खोलवर वाढणारे असते. खोड बहुशाखीय. फांद्या अनेक, पसरट, सर्व बाजूंनी वाढणाऱ्या, बारीक, काळसर-लाल, पेऱ्याजवळ फुगलेल्या.

पाने साधी, समोरासमोर, जोडीतील पाने विषम आकाराची, एक लहान, एक मोठे, अंडाकृती, १ ते ४ सें.मी. लांब व रुंद. पानांचा खालचा पृष्ठभाग साधारण पांढुरका, वरील पृष्ठभाग हिरवा. फुले लहान, लालसर-गुलाबी, पानांच्या बेचक्यातून निघणाऱ्या लांब शाखांवर छोट्या समूहात. प्रत्येक समूहात ३ ते १० देठरहित फुले एकत्रपणे येतात. फुले द्विलिंगी, नियमित. पाकळ्या पाच, एकमेकास चिकटलेल्या, चिकट ग्रंथियुक्त. पुंकेसर २ ते ३, पुष्पमुकुटातून किंचित बाहेर; पण खालील बाजूस एकमेकास चिकटलेले. बीजांडकोश एक कप्पी. फळे लहान, टोकाकडे रुंद, पंचधारी, चिकट ग्रंथियुक्त. घेटुळी वनस्पतीस साधारणपणे वर्षभर फुले - फळे येतात.

औषधी गुणधर्म

घेटुळी ही औषधी वनस्पती असून, संपूर्ण वनस्पती (पंचांग) औषधात वापरतात. घेटुळी विरेचक, दीपक, मूत्रजनक, कफघ्न, वामक आणि शोथहर आहे. ती पचनानंतर उष्ण व तिखट आहे. या वनस्पतीत 'पुनर्नव्हीन' नावाचे अल्कलॉईड तसेच 'बोऱ्हाविक' आम्लाचे स्फटिक व 'पोटॅशिअमचे क्षार' मोठ्या प्रमाणात आढळतात. घेटुळीमध्ये सूक्ष्म मायक्रोन्यूट्रियन्टस अन्नद्रव्ये व प्रथिने भरपूर

आहेत, तसेच जीवनसत्त्व 'क', 'ब' आयोडिन, लोह, मॅग्नेशिअम ही खनिजे विपुल प्रमाणात आढळतात. या वनस्पतीमध्ये सोडिअम क्षारही मुबलक आहेत.

ही वनस्पती अंर्तशोथ, बाह्यशोथ, हृदयातील कास, श्वास व जलोदर विकारात वापरतात. घेटुळीस 'शोथघ्नी' असे संस्कृत नाव आहे, याचा अर्थ जलोदर नष्ट करणारा असा होतो. कोणत्याही कारणामुळे शरीरावर सूज आल्यास घेटुळी, वाळा, सुंठ व देवदार यांचा काढा देतात. या वनस्पतीने आतड्याची सूज, जलोदर, मूत्राघात व मूत्रकृच्छ बरे होतात.

काविळीत पित्त काढून टाकण्यासाठी ही वनस्पती उपयुक्त आहे. दमा व श्वासनलिकाशोथात घेटुळी वेखंडाबरोबर देतात. रातांधळेपणावर मुळी पाण्यात उगाळून घालतात. डोळ्यांतील फुले, खापऱ्या अशा नेत्ररोगांत ताजी मुळी पाण्यात उगाळून, मधात मिसळून डोळ्यात घालण्याची प्रथा आहे. ही वनस्पती रेचक आहे. ज्वरात घाम आणण्यास घेटुळीचा वापर करतात. त्वचारोगात मूळ उगाळून लेप लावतात. पांथरी वाढल्यास घेटुळी, शरपुंखेच्या मुळ्या व रक्तरोहिड्याची साल उगाळून पोटात घेऊन योग्य रेचक घेतात. नुकतीच सुरुवात झालेल्या काविळीमध्ये या भाजीच्या सेवनामुळे शौचावाटे पित्ताचा निचरा होऊन काविळीची लक्षणे कमी होतात.

मूत्रपिंडाच्या विकारात शरीरात पाणी साचून राहते व अंगावर सूज येते, तसेच मूत्रपिंडातून निर्माण होणारे लघवीचे प्रमाण कमी असते. अशा वेळी ही भाजी नियमित खाल्ल्याने मूत्रपिंडातील रक्ताचा दाब वाढतो व त्यामुळे शरीरातील अतिरिक्त पाणी बाहेर पडते व सूजही कमी होते. जलोदर (पोटात पाणी होणे), प्ल्युरसी (छातीत पाणी होणे) व सर्वांग शोथ या विकारांत घेटुळीच्या भाजीने शरीरातील अतिरिक्त पाणी लघवीवाटे शरीराबाहेर फेकले जाते. हृदयास शिथिलता आल्याने छातीत धडधडणे, पायावर सूज येणे, दम लागणे अशा लक्षणांत घेटुळीच्या भाजीने हृदयाची संकोचनक्रिया वाढते व लक्षणे कमी होतात आणि रूग्णास आराम वाटतो. भूक न लागणे, कुपचन अशा तक्रारी घेटुळीच्या भाजीने कमी होतात.

घेटुळीची भाजी पावसाळ्यात माळरानावर भरपूर प्रमाणात उगवते. ओलसर जागी वर्षभर मिळू शकते. याची कोवळी पाने भाजीसाठी वापरतात. अतिशय पौष्टिक गुणधर्माची ही भाजी मटण व मासे यांसाठी उत्तम पर्याय ठरू शकते.

घेटुळीची भाजी

साहित्य : घेटुळीची कोवळी पाने, तेल, लसूण, मीठ इत्यादी

कृती : घेटुळीची कोवळी पाने खुडून घेऊन पाण्याने स्वच्छ धुऊन घ्यावीत; नंतर चिरून घ्यावीत. कढईत लसणीची फोडणी टाकून त्यात चिरलेली भाजी घालावी. चवीपुरते मीठ घालून भाजी परतवावी व मंद गॅसवर ठेवून झाकण झाकून भाजी शिजवावी.

घोटवेल

शास्त्रीय नाव	:	*Smilax zeylanica* (स्मायलेक्स झिलेनिका)
कुळ	:	Smilacaceae (स्मायलेसिएसी)
इंग्लिश नाव	:	Deshi Sarsaparilla (देशी सार्सापरिला)
स्थानिक नावे	:	घोटवेल, घोटीचा वेल, घोटीवेल
हिंदी नावे	:	जंगली उशबा, रामदातून
संस्कृत नावे	:	हिरण्यशाक, कालशाक, श्राद्धशाक
गुजराती नावे	:	गुटी, जंगली चोपचिनी

घोटवेल ही वनस्पती भारत, श्रीलंका, मलेशिया तसेच दक्षिण-पूर्व तसेच पूर्व आशिया खंडातील देशांत आढळते. ही वनस्पती भारतात प्रामुख्याने पर्णझडी तसेच, निमसदाहरित जंगलात आढळते. भारतात घोटवेल ही वनस्पती सर्वत्र आढळते. ही वनस्पती हिमालय पर्वतरांगेत तसेच समुद्र किनाऱ्यावरील भू-प्रदेशातही आढळते. घोटवेल महाराष्ट्रात कोकण, पश्चिम घाट परिसर तसेच विदर्भात सर्वत्र आढळते.

घोटवेल ही बहुवर्षायू, काटेरी वेलवर्गीय वनस्पती आहे. खोड नाजूक, आधाराने वर चढणारे. फांद्या अनेक, काटेरी. खोडांवर व फांद्यांवर फुटाफुटावर पेरे असतात आणि पेरापेरास आकड्यांसारखे पण उलट टोकांचे काटे असतात. पाने साधी, एकाआड एक, गोलाकार लंबअंडाकृती, ८ ते २० सें.मी. लांब व तितकीच रुंद, कडा अखंड, टोकदार, पाच ते सात ढोबळ, स्पष्ट शिरा. पानांचे देठ खोलगट असून, त्याच्या बाजूवर उपपर्णापासून प्रतानांची जोडी असते. प्रताने आधाराला गुंडाळतात व वेलीला वर चढण्यास मदत करते. हा वेल सुमारे १०-१२ मीटर उंची पर्यंत वाढतो.

फुले नियमित, एकलिंगी, लहान, हिरवट-पांढरी, किंवा हिरवट-पिवळसर, पानांच्या बेचक्यातून येणाऱ्या छत्रीकार पुष्पमंजिरीत. नर व मादी फुले वेगवेगळ्या वेलींवर तयार होतात. पाकळ्या सहा, एकमेकांपासून अलग, खालील बाजूस वळलेल्या. पुंकेसर सहा, ३+३ अशा दोन वर्तुळात, पाकळ्यांच्या तळाशी, केसरतंतू आखूड. बीजांडकोश तीन कप्पी, प्रत्येक कप्प्यात दोन बीजांडे. परागवाहिनी आखूड, तीन परागधारिणी. फळे गुच्छाने येतात, हरभऱ्याएवढ्या गोल फळांचे घोस येतात. प्रत्येक फळामध्ये एक ते तीन बिया असतात. फळे पिकल्यानंतर लालसर होतात. घोटवेलीला जून ते सप्टेंबर महिन्यात फुले येतात. बिया चपट्या, काळसर. घोटवेलीला पुष्कळ मुळे गुच्छाने येतात, ती लालसर-तांबूस रंगाची असतात. मुळांना भरपूर उपमुळे असतात. घोटवेलीची ताजी मुळे औषधात वापरतात. घोटवेलीच्या मुळांना 'गावठी सार्सापरिला' म्हणतात. मुळे गोलाकार १५ ते ३० सें.मी. लांब आणि १ ते २ सें.मी. जाड असतात.

औषधी गुणधर्म

घोटवेल स्वेदजनक, पौष्टिक आणि मूत्रजनक गुणधर्मांची आहे. आमवातावरील उत्तम औषध म्हणून घोटवेल प्रसिद्ध आहे. स्नेहवर्धक, वातहर, वेदनास्थापक, रक्तशुद्धीकर हे गुणधर्महीं घोटवेलीत आढळतात. मुळांच्या चूर्णाचा काढा औषध म्हणून वापरतात.

घोटवेल उपदंशाच्या द्वितीय अवस्थेत, जीर्ण आमवातात आणि संधिशोथन वापरतात. उपदंशातील त्वचेवरील चट्टे व फोड, संधिवात, अस्थिशोथ व अस्थिवात आणि शूल तसेच शरीरातील ग्रंथीवृद्धी या सर्व विकारात घोटवेल अत्यंत गुणकारी आहे. जुनाट त्वचारोग, गंडमाळा व परमा या रोगांतदेखील घोटवेल उपयोगी आहे.

घोटवेलीची मुख्य क्रिया त्वचेवर, सांध्यांवर व रसग्रंथींवर होते. सांधे आखडल्यास घोटवेलीने गुण येतो. सोरायसिस या त्वचारोगावर घोटवेलीच्या बियांची पावडर किंवा पेस्ट करून लावल्यास चांगला गुण येतो.

घोटवेल वनस्पतीमध्ये जिवाणूनाशक, अँण्टीऑक्सिडंट व वेदनाशामक तसेच मधुमेह कमी करणारे गुणधर्म असल्याचे अलीकडील संशोधनातून सिद्ध झाले आहे.

घोटवेलीची कोवळी पाने भाजी करण्यासाठी वापरतात. कोवळी पाने तांबूस-चॉकलेटी, तपकिरी रंगाची असतात. जुनाट त्वचारोग असणाऱ्या रुग्णांना घोटवेलीच्या पानांची भाजी अत्यंत गुणकारी आहे. गंडमाळा हा विकार असणाऱ्यांनी घोटवेलीची भाजी अवश्य खावी. घोटवेलीच्या कोवळ्या पानांची भाजी आमवात, संधिवात विकार असणाऱ्यांना गुणकारी आहे.

घोटवेलीच्या पानांची भाजी

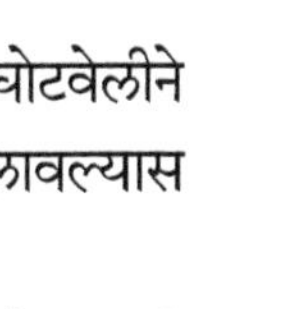

साहित्य : घोटवेलीची कोवळी पाने, तेल, चिरलेला कांदा, लसूण, हिरव्या मिरच्या, मीठ इत्यादी

कृती : कोवळी पाने नीट निवडून घ्यावीत, पाण्याने स्वच्छ धुऊन चिरून घ्यावीत. लसूण व हिरव्या मिरच्या वाटून त्यांची पेस्ट तयार करावी. कढईत तेल घालून गॅसवर ठेवावे. तेलात चिरलेला कांदा घालून, कांदा लालसर होईपर्यंत भाजून घ्यावा. नंतर त्यामध्ये लसूण-हिरवी मिरची पेस्ट घालावी. थोड्या वेळाने चिरलेली भाजी घालावी, चवीपुरते मीठ घालून नीट परतावे. नंतर झाकण ठेवून भाजी मंद गॅसवर ठेवून, एक-दोनदा परतून घ्यावी व शिजवावी.

घोळ

शास्त्रीय नाव	:	*Portulaca oleracea* (पॉरच्युलिका ऑलरेसिया)
कुळ	:	Portulaceae (पॉरच्युलिकेएसी)
इंग्लिश नाव	:	Purslane (पर्सलेन)
स्थानिक नावे	:	मोठी घोळ, भुईगोळी, कुरफा
हिंदी नाव	:	बडानोनिया
गुजराती नाव	:	लुणी
संस्कृत नाव	:	बृहल्लोणी

घोळ ही रोपवर्गीय वनस्पती ओलसर व पाणथळ जागेत, शेतात व बागेत तण म्हणून सर्वत्र वाढलेली आढळते. ही वर्षायु (वर्षभर उपलब्ध असणारी) वनस्पती जमिनीवर पसरत वाढते. खोड जाडसर, मांसल व तांबूस रंगाचे. फांद्या अनेक, जमिनीवर पसरलेल्या. पाने साधी, मांसल, जाडसर, हिरवट व तांबूस रंगाची, देठविरहित लहान असतात. एक आड एक व खोडांच्या, फांद्याच्या टोकांवर समोरासमोर अशी येतात. पाने फुले पिवळी, लहान, द्विलिंगी व नियमित. फांद्यांच्या टोकांवर किंवा पानांच्या बेचक्यात फुले एकांडी किंवा गुच्छाने येतात. पाकळ्या ४ ते ५. पुंकेसर ८ ते १२. फळे लहान ०.५ ते ०.७ से.मी., लांब, कोनाकृती. बिया असंख्य, लहान, तपकिरी रंगाच्या, गोलाकार, खडबडीत. फुले वर्षभर येतात.

उसाच्या शेतात तण म्हणून वाढणारी ही वनस्पती खरे तर शेतकऱ्यांची मोठी डोकेदुखी आहे. शेतात, बागेत हिचा प्रसार झपाट्याने होतो व त्यामुळे शेतीची मशागत करण्यात अडचण निर्माण होते, परंतु या वनस्पतीची पोषणमूल्ये व गुणधर्म पाहता ही शरीराला खूपच फायदेशीर असणारी वनस्पती आहे. घोळ या वनस्पतीमध्ये कॅल्शिअम, फॉस्फरस, मॅग्नेशिअम, सोडिअम सारखी खनिज तत्त्वे आढळतात. तसेच जीवनसत्त्व 'अ', थायमीन, रायबोफ्लेविन, निॲसिनसारखी जीवनसत्त्वेही विपुल प्रमाणात आढळतात. भाजीच्या रूपात घोळ वनस्पतीचा वापर केल्यास ही सर्व खनिजद्रव्ये व जीवनसत्त्वे आपल्या शरीरास मिळू शकतात.

अलीकडील संशोधनात घोळीच्या पानांमध्ये हृदयविकार दूर ठेवण्यासाठी महत्त्वाचे असणारे ओमेगा-३ फॅटी ॲसिड (Omega-3 Fatty acid) भरपूर प्रमाणात आढळले आहे.

औषधी गुणधर्म

घोळीची भाजी चवीने थोडी आंबट असल्याने, ही भाजी जेवणात चांगली रुची निर्माण करते. ही भाजी थोडी खारट आणि थोडीशी बुळबुळीत असते. आतड्यातील श्लेष्मल त्त्वचा यामुळे बळकट होते. याच्या वापरामुळे अल्सर होत नाही. मधुमेहही कमी होतो.

घोळीची भाजी शीतल, रक्तशोधक व सूज कमी करणारी आहे. घोळ मुळव्याधीवर गुणकारी असून ते उत्तम औषध आहे. मूळव्याध व रक्तपित्त झाल्यास घोळीची भाजी नियमित खावी.

घोळ ही भाजी शरीरातील उष्णता कमी करणारी व लघवी साफ होण्यासाठी उपयोगी आहे. लघवीची जळजळ, जंतुसंसर्ग, उन्हाळे लागणे, त्याचबरोबर हातापायांची, डोळ्यांची होणारी जळजळ या भाजीने कमी होते.

या भाजीच्या सेवनाने शरीरात वाढलेला कफ व पित्तदोष कमी होऊन आंतड्याची हालचाल वाढून पोट साफ होते. म्हणूनच अपचन, गॅसेस, मूळव्याध या विकारात घोळीची भाजी खाल्ल्याने लक्षणे कमी होतात. घोळीच्या भाजीत लोहाचे प्रमाण जास्त असते. काही प्रकारच्या दम्यात, खोकल्यात, विशेषकरून हृदयविकारामुळे होणाऱ्या खोकला, लागणारी धाप यांत भाजीचा चांगला उपयोग होतो. अंगावरील तसेच फुफ्फुसातील शोष कमी करण्यास घोळ उपयुक्त आहे. आयुर्वेदातही या भाजीचा उल्लेख आहे. डोळ्यांच्या विकारात घोळीच्या भाजीचा वापर सांगितला आहे.

घोळीची भाजी : पाककृती १

साहित्य : घोळीचे पानासहित कोवळे देठ, कांदा, ओले खोबरे, धणे, मिरी, सुकी मिरची (किंवा धणे, मिरचीचा भाजका मसाला), मुठले (कोकमाच्या बियांचे घट्ट तेल), आमसूल किंवा चिंच, मीठ, हळद आणि गूळ.

कृती : घोळीची भाजी धुऊन निथळत ठेवावी, मग ती भाजी बारीक चिरून घ्यावी. उभा कापलेला थोडा कांदा कढईत तेलामध्ये लाल-गुलाबी होईपर्यंत भाजावा. त्यावर धणे, मिरी व सुक्या मिरच्या भाजाव्यात, मग या सर्वांचे ओल्या खोबऱ्यासह वाटण करून घ्यावे. एका पसरट भांड्यात थोडे तेल गरम करून त्यावर बारीक चिरलेला कांदा घालावा व त्यात चिरलेली भाजी परतून घ्यावी. या शिजलेल्या भाजीत वाटलेले खोबरे, मसाला, मीठ, हळद घालावे आणि थोडा गूळ घालावा. दोन-तीन आमसुले किंवा चिंच टाकावी.

भाजका मसाला असल्यास तो वापरावा. ही भाजी पातळ रस्सा भाजीसारखी ठेवल्यास अधिक चवदार लागते. या तयार भाजीत मूठल्याच्या तेलात मोहरीची फोडणी करून ती वरून ओतावी.

घोळीची भाजी : पाककृती २

साहित्य : दोन वाट्या घोळीचा पाला, एक वाटी ताक, चमचाभर हरभऱ्याच्या डाळीचे पीठ, एक-दोन हिरव्या मिरच्या, मीठ, साखर, भिजवलेले शेंगदाणे व हरभरा डाळ.

कृती : घोळीचा पाला बारीक चिरून फोडणीला टाकावा. फोडणीत मिरचीचे तुकडे टाकावेत. भाजी चांगली परतून शिजू द्यावी. शेंगदाणे व हरबरा डाळ बोटचेपी शिजवून घ्यावी व फोडणीतच परतून घ्यावी. वाटीभर ताकात वाटीभर पाणी व चमचाभर डाळीचे पीठ घालून ते शिजलेल्या भाजीत ओतावे आणि चांगले ढवळून उकळी आणावी.

घोळीची भाजी : पाककृती ३

साहित्य : घोळ एक जुडी, कांदा, तिखट किंवा दोन हिरव्या मिरच्या, तेल, फोडणीचे साहित्य, मीठ इत्यादी

कृती : घोळीची पाने व कोवळे देठ निवडून, धुऊन, निथळून चिरून घ्यावेत. फोडणी करून बारीक चिरलेला कांदा परतून घ्यावा. हिरव्या मिरच्या वापरणार असाल तर, तर त्या कांद्याबरोबर परताव्यात. कांदा लाल झाल्यानंतर चिरलेला घोळ टाकावा. गरजेप्रमाणे मीठ घालावे. मिरची न घातल्यास लाल तिखट घालावे व एक-दोन वाफा येऊ द्याव्यात. भाजीत किंचित साखर घालावी. कांदा न वापरता, त्यात डाळीचे पीठ घालून कोरडी भाजीही वरीलप्रमाणे करता येते.

घोळीची भाजी : पाककृती ४

साहित्य : तीन वाट्या निवडून, धुऊन, चिरलेली घोळीची भाजी, एक वाटी पोहे, दोन वाट्या चना डाळ जाडसर, अर्धी वाटी नारळ चव, हिंग, धणे - जिरे पूड, गूळ, मीठ, चिंच फोडणीचे साहित्य इ.

कृती : मिरची व आले वाटून घ्यावे. चणा डाळीचा रवा गुलाबी होईपर्यंत भाजावा, गार झाल्यावर त्यात पोहे घालावेत. चिंचेचा कोळ, गूळ, मीठ, हळद, हिंग, धणे - जिरे पूड, नारळ चव एकत्र करून कालवावे व दोन भाग करावेत. एका भागात चिरलेली भाजी घालावी. कुकरच्या डब्यात तेलाचा हात लावून प्रथम डाळीचा रवा व इतर साहित्य घातलेले मिश्रण पसरावे. त्यावर भाजीचे मिश्रण घालून कुकरमध्ये उकडावे. गार करून तुकडे तेलावर परतावेत किंवा कुकरमध्ये न उकडता, सर्व एकत्र करून कटलेट थापून तव्यावर तळून घ्यावे.

चंदन बटवा

शास्त्रीय नाव	:	*Atriplex hortensis* (अ‍ॅट्रीप्लेक्स हॉरटीयान्सीस)
कुळ	:	Chenpodiaceae (चिनोपोडोएसी)
इंग्लिश नाव	:	Orachee (ओरॅची) Mountain Spinach (माऊंटन स्पिनॅच)
स्थानिक नावे	:	डोंगरी पालक
संस्कृत नाव	:	चंडिल
हिंदी नाव	:	बाथू
गुजराती नाव	:	बटवो भाजी

चंदन बटवा या वनस्पतीची काही ठिकाणी लागवड करतात, तर काही ठिकाणी शेतात किंवा ओसाड जमिनीवर तण म्हणून वाढलेली आढळते. युरोप खंडात ही विपुल प्रमाणात आढळते. चंदन बटवा उत्तर भारत व गुजराथमध्ये प्रामुख्याने आढळते महाराष्ट्रात ही वनस्पती क्वचित आढळते.

चंदन बटवा ही रोपवर्गीय वनस्पती सुमारे दोन ते तीन फुटापर्यंत उंच वाढते. या वर्षायू, थोड्याशा मांसल वनस्पतीस साधारण कापसासारखा मधुर वास येतो. खोड गोलाकार, सरळ, ताठ वाढणारे, तांबूस-जांभळट छटा असणारे, रेखांकित. पाने साधी, तळाकडील पाने समोरासमोर, वरील पाने एका आड एक, ३ ते १२ सें.मी. लांब, २ ते ६ सें.मी रुंद, त्रिकोणाकृती, टोकांकडे निमुळते. पानांच्या कडा कातरलेल्या. कोवळ्या पानांना तांबूस रंगाची छटा. पानांचे देठ रेखांकित.

फुले लहान, हिरवट रंगाची, नियमित, एकलिंगी, पानांच्या बेचक्यातून तसेच फांद्यांच्या टोकांवर येणाऱ्या १० ते ३० सें.मी. लांब संयुक्त पुष्पमंजिरीत येतात. तीन ते पाच पाकळ्या, हिरवट रंगाच्या, एकमेकास चिकटलेल्या. पाकळ्या फक्त नरफुलांमध्ये. मादी फुलांत पाकळ्या नसतात. नरफुलांमध्ये ३ ते ५ पुंकेसर, साधारण तळाकडे एकमेकांस चिकटलेले. मादीफुलांमध्ये बीजांडकोश गोलाकार-चपटा, दोन कप्पी, परागवाहिनी एक, परागधारिणी दोन. मादी फुलांच्या भोवती दोन उपपुष्पकर्णे, फळांमध्ये उपपुष्पकर्णे मोठी होतात व फळांना झाकतात. उपपुष्पकर्णे रुंद त्रिकोणी-गोलाकार, त्यावर जाळीदार शिरा, टोकांकडे अणकुचीदार. नर फुलांमध्ये उपपुष्पकर्णे नसतात. फळे गोलाकार चपटी, पारदर्शी. एक बी, अर्धगोलाकार, चपट्या, करड्या रंगाच्या. पुष्पमंजिरीत कांही द्विलिंगी फुलेही असतात. या वनस्पतीला ऑक्टोबर ते फेब्रुवारी या महिन्यात फुले - फळे येतात.

ही वनस्पती मज्जातंतूच्या रोगात उपयुक्त मानली जाते. चंदनबटव्याची पाने मज्जातंतूच्या रोगांत वापरतात. चंदन बटव्याच्या बिया जंत पडण्यासाठी साखरेबरोबर देतात.

औषधी गुणधर्म

मलावष्टंभाच्या सवयीमध्ये त्याचबरोबर मलावष्टंभाचा उपद्रव म्हणून झालेल्या मुळव्याधीमध्ये या भाजीचा चांगला उपयोग होतो. मळाचा खडा पातळ होऊन मुळव्याधीवरील सूजही चंदन बटव्याच्या भाजीने कमी होते.

जुनाट पोटाच्या विकारात (ग्रहणी विकारात) या भाजीचा वापर करावा. कृमी विकारात, लहान मुलांच्या आतड्यातील कृमी बाहेर पडण्यासाठी मुलांना आहारातून चंदन बटव्याची भाजी द्यावी. पक्षाघात, मेंदूच्या व मज्जातंतूच्या विकारात ही भाजी खाल्ल्याने उत्तेजक क्रिया घडून येते व कालांतराने निष्क्रिय हातापायांची हालचाल वाढण्यास उपयुक्त ठरते.

पावसाळ्याच्या दिवसात चंदन बटव्याचे गरगटे जेवणात असण्याची लज्जतच काही न्यारी असते. चवीबरोबरच औषधी गुणधर्मांनी युक्त अशी ही भाजी पावसाळ्यात अवश्य जेवणात असावी. चंदन बटव्याची भाजी थोडी-खारट, स्वादिष्ट, बलप्रद, त्रिदोषनाशक व स्नायुवर्धक आहे. ही भाजी लवकर सुकते, म्हणून आणल्याबरोबर लगेच करावी.

चंदन बटव्याची पातळ भाजी : पाककृती १

साहित्य : चंदन बटव्याची कोवळी पाने, ताक, हिरव्या व लाल सुक्या मिरच्या, साखर, हरभराडाळ, शेंगदाणे, बेसन, तेल, मेथी, मोहरी, हिंग, हळद, जिरे इत्यादी

कृती : पाने स्वच्छ धुऊन चिरून घ्यावीत. डाळ व शेंगदाणे भिजवून तासाभराने चिरलेली पाने, डाळ, शेंगदाणे वेगवेगळे शिजवावे. भाजी (पाने) घोटून घ्यावी, तेव्हाच मीठ, साखर, बेसन व ताक घालून एकजीव करावे. शिजलेली डाळ व शेंगदाणे घालावेत. फोडणीत दोन्ही चिरलेल्या मिरच्या व फोडणीचे इतर साहित्य घालून नंतर एकजीव केलेली भाजी त्यात घालावी. भाजी मधून मधून ढवळत उकळावी.

ताकाऐवजी चिंचेचा कोळ व गूळ घालूनही भाजी बनविता येईल. तसेच नारळाचे दूध व चिंचेचा थोडा कोळ घालूनही भाजी तयार करता येईल.

चंदन बटव्याची पातळ भाजी : पाककृती २

साहित्य : चंदन बटव्याची पाने, कोथिंबीर, हिरव्या मिरच्या, दही, जिरे, जिरे पावडर, बेसन, शेंगदाणे किंवा पावटे, तेल, मीठ, फोडणीचे साहित्य इत्यादी

कृती : बारीक चिरलेली पाने आणि कोथिंबीर, चिरलेल्या मिरच्या एकत्र शिजवून घ्याव्यात. शेंगदाणे/पावटे शिजवून घ्यावेत. भाजीतील पाणी काढून घ्यावे. त्यात बेसन, जिरेपूड, मीठ घालून ते चांगले घोटून घ्यावे. नंतर फोडणी करून त्यात जिरे, हिंग टाकून त्यात घोटलेली भाजी घालावी. दही चांगले

घुसळून घ्यावे व नंतर भाजीत ओतावे. शिजवलेले शेंगदाणे/पावटे घालावेत. आवडीनुसार भाजी पातळ बनवण्यासाठी आवश्यक तेवढे पाणी घालून भाजी शिजवावी.

चंदन बटव्याची मिश्र भाजी

साहित्य : चंदन बटव्याची पाने, आंबट चुक्याची पाने, हरभरा डाळ, बटाटा, कांदा, टोमॅटो, वांगी, हिरव्या मिरच्या, आले, जिरे, गरम मसाला, हळद, मीठ, तेल, लोणी, इत्यादी

कृती : चंदन बटवा व चुका स्वच्छ धुऊन बारीक चिरावा. कांदा, बटाटा, वांगी, टोमॅटोच्या मध्यम आकाराच्या चौकोनी फोडी कराव्या. मिरच्या व आले वाटून घ्यावे. हरभरा डाळ भिजत ठेवावी. भांड्यात तेल तापवून जिरे, आले, मिरची परतावी. कांदा, बटाटा, वांगी, हळद व गरम मसाला घालून परतावी. त्यावर चंदन बटवा-चुका, डाळ, टोमॅटो व मीठ घालून पाणी घालावे. नंतर हे भांडे प्रेशर कुकरमध्ये ठेवून प्रेशर येऊ द्यावे. गॅस बारीक करून पाच मिनिटांनी बंद करावा. प्रेशर कमी झाल्यावर भाजी घोटावी व नंतर लोणी घालून भाजी खाण्यास द्यावी.

चंदन बटव्याच्या पुऱ्या

साहित्य : चंदन बटवा व चुक्याची पाने, मैदा, हिरव्या मिरच्या, धने पूड, जिरेपूड, मीठ, हिंग, तूप, तेल इत्यादी

कृती : चंदन बटवा व चुका बारीक चिरावा. पाण्यात वाफवून वाटून घ्यावा. मिरच्या वाटून घ्याव्यात. मैद्यात मीठ, धने-जिरेपूड, हिंग, तूप, वाफवलेली भाजी व पाणी घालून सर्व एकत्र करून घट्ट पीठ भिजवावे. पिठाच्या पुऱ्या लाटून, पुऱ्या तेलात तळाव्यात.

चिवळ

शास्त्रीय नाव : *Portulaca quadrifida* (पॉरच्युलिका कॉड्रीफिडा)
कुळ : *Portulaceae* (पॉरच्युलिकेसी)
इंग्लिश नाव : Chiken Weed (चिकन वीड)
स्थानिक नावे : रानघोळ, भुईचौली, खाटेचौनाळ, चिवळी, लहान घोळ व छोटी घोळ
हिंदी नाव : छोटा नोनिया
गुजराती नाव : छोटी लुनी
संस्कृत नाव : लोनी

चिवळ ही वनस्पती ओलसर, पाणथळ जागेत शेतात व बागेत तण म्हणून वाढते. भारतात सर्वत्र आढळते. महाराष्ट्रात कोकण, पश्चिम महाराष्ट्र, मराठवाडा, विदर्भ, खानदेश या ठिकाणी आढळते. ही वर्षायू वनस्पती जमिनीवर पसरत वाढते. ही वनस्पती अगदी नाजूक असून खोडांचा, फांद्यांचा व पानांचा आकार लहान असतो. खोड नाजूक, मांसल, पसरणारे, पेरांवर बारीक केसांचे वलय. पेरांपासून तंतुमय मुळे फुटतात. फांद्या अनेक, जमिनीवर सर्वत्र पसरणाऱ्या, मांसल पण नाजूक असतात. पाने साधी, समोरासमोर, ०.४ ते ०.६ सें.मी. लांब, लंबगोलाकार, मांसल-जाडसर, देठ अगदी लहान. फुले द्विलिंगी, नियमित, पिवळ्या रंगाची, फांद्यांच्या टोकांवर एकांडी येतात.

फुलांच्या सभोवताली चार पाने असतात. फुलांचे देठ अगदी लहान. पुष्पमुकुट दोन दलांचा. चार पाकळ्या. आठ पुंकेसर. बीजांडकोश एककप्पी, परागवाहिनी एक, टोकाकडे चार विभागी. फळे लहान ०.३ ते ०.४ सें.मी. लांब, कोनाकृती. बिया असंख्य, लहान, गोलाकार, काळसर-तपकिरी रंगाच्या, खडबडीत.या वनस्पतीला नोव्हेंबर ते डिसेंबर या कालावधीत फुले येतात.

औषधी गुणधर्म

चिवळ या वनस्पतीच्या बिया मूत्रपिंड आणि बस्ती यांच्या शोथात वापरतात. चिवळीच्या बिया स्नेहवर्धक व मूत्रजनक गुणधर्माच्या आहेत. बियांच्या फांटामुळे लघवीचे प्रमाण वाढते. दातांतून, कफातून तसेच लघवीतून रक्त जात असल्यास ते बंद करण्यास चिवळीचा रस देतात. मार लागल्यास, ठेच लागल्यास दाह आणि सूज कमी करण्यासाठी ही वनस्पती वाटून त्यावर बांधतात. चिवळ ही वनस्पती मूळव्याधीवर गुणकारी आहे. चिवळ या वनस्पतीची पाने व कोवळ्या फांद्या भाजी करण्यासाठी वापरतात. चिवळीची भाजी शीतल, ग्राही, शोथहर आणि रक्तशुद्धी करणारी आहे. या वनस्पतीची भाजी मूळव्याधीत गुणकारी आहे. रक्तपित्तात ही भाजी प्रशस्त तर ज्वरांत पथ्यकर आहे. चिवळीची भाजी शरीरातील उष्णता कमी करणारी व लघवी साफ होण्यासाठी उपयुक्त आहे.

लघवीची, हातापायांची व डोळ्यांची होणारी जळजळ चिवळीच्या भाजीने कमी होते. चिवळीची भाजी चवीला आंबटसर असते. या वनस्पतीचे बारीक तुकडे करून ते ज्वारीच्या पिठात घालून, त्यात पाणी मिसळून, सर्व मिश्रण कालवून त्याचे लहान-लहान गोळे बनवतात हे गोळे कोंबडी खाद्य म्हणून म्हणूनच या वनस्पतीला इंग्लिशमध्ये 'चिकन वीड' असे म्हणतात. या वनस्पतीमध्ये मज्जासंस्थेवर प्रभावी कार्य करणारे तसेच कर्करोग प्रतिबंधक गुणधर्म असल्याचे अलीकडील संशोधनावरून सिद्ध झाले आहे.

चिवळ भाजी : पाककृती १

साहित्य : चिवळ भाजी, डाळीचे पीठ, तेल, फोडणीचे साहित्य, मीठ, लसूण, हिरव्या मिरच्या इ.

कृती : भाजी स्वच्छ निवडून, धुऊन बारीक चिरून घ्यावी. कढईत तेल गरम करून फोडणी करून घ्यावी. मिरच्यांचे तुकडे करून फोडणीतच टाकावेत. नंतर त्यात चिरलेली भाजी घालावी व परतून घ्यावी. तीन-चार मिनिटांनी भाजीत चवीपुरते मीठ घालावे. मीठ घातल्यानंतर परत दोन मिनिटे भाजी परतावी, म्हणजे भाजीला पाणी सुटेल. ही भाजी पटकन शिजते. नंतर त्यावर डाळीचे पीठ पेरावे. पीठ पेरताना हळुहळू भुरभुरत एकीकडे हलवत राहावे, म्हणजे गुठळ्या न होता भाजी हलकी व मोकळी होते. काही वेळा फोडणीत लसणाच्या पाकळ्या ठेचून घालाव्यात, यामुळे भाजीला चांगला स्वाद येतो. भाजीचा सारणासारखा उपयोग करून पराठा केल्यास मुले टोमॅटो सॉसबरोबर आवडीने खातात.

चिवळ भाजी : पाककृती २

साहित्य : चिवळीची भाजी, चिरलेला कांदा, लसूणपेस्ट, ओली मिरची पेस्ट, तेल, मोहरी, हिंग, हळद, मीठ इत्यादी

कृती : चिवळीची भाजी निवडून, धुऊन, चिरून घ्यावी. तेलाच्या फोडणीत कांदा तसेच लसूण व मिरची पेस्ट घालावी, नंतर चिरलेली भाजी घालावी. चांगले परतून दोन वाफा घ्याव्यात. नंतर मीठ घालून, झाकण ठेवून भाजी शिजवावी.

चिवळ भाजी : पाककृती ३

साहित्य : चिवळीची भाजी (धुऊन चिरलेली), पोहे, जाडसर रवा काढून, चणाडाळ, घट्ट चिंचेचा कोळ, गूळ, मिरची व आले पेस्ट, धने-जिरेपूड, हिंग, तेल, मीठ, हळद इत्यादी

कृती : डाळीचा रवा भाजून, गार करून त्यात पोहे घालावेत. चिंचेचा कोळ, हळद, मीठ, हिंग, धने-जिरेपूड एकत्र करून कालवावे व त्याचे दोन समान भाग करावेत. एका भागात चिरलेली भाजी घालावी. कुकरच्या डब्याला थोडे तेल लावून दुसरा भाग त्यावर पसरावा. नंतर त्यावर भाजीचे मिश्रण घालून ते कुकरमध्ये उकडून घ्यावे. गार झाल्यानंतर कापून तुकडे करावेत व तेलावर परतवून फ्राय करावेत.

चुका

शास्त्रीय नाव	:	*Rumex vesicarius* (रुमेक्स व्हेसिकेरिएस)
कुळ	:	Polygonaceae (पॉलिगोनेसी)
इंग्लिश नाव	:	Bladder dock sorrel (ब्लॅडर डॉक सॉरेल)
स्थानिक नावे	:	आंबट चुका
संस्कृत नावे	:	चुका, गुल्मकेतु
हिंदी नाव	:	चुकेका
गुजराती नावे	:	चुकापालंग, चुको

चुका या वनस्पतीची काही ठिकाणी शेतात, बागेत लागवड करतात, तर काही वेळा ती ओसाड जमिनीवरही वाढलेली आढळते. ही रोपवर्गीय वनस्पती एक ते दीड फुटापर्यंत उंच वाढते. खोड ताठ, उंच वाढणारे. खोडाच्या तळापासूनच फांद्या तयार होतात. पाने साधी, एकाआड एक, २.५ ते ७.५ सें.मी. लांब, विशालकोनी, लंबवर्तुळाकार, अंडाकृती, हृदयाकृती किंवा शराकृती. पाने, फांद्या, खोड मांसल, थोडेसे जाडसर.

फुले लहान, हिरवट-पिवळसर, काही वेळा फुलांना व फळांना गुलाबी छटा. फुले द्विलिंगी, नियमित, पानांच्या बेचक्यातून किंवा फांद्यांच्या टोकांवर येणाऱ्या लांब पुष्पमंजिरीत येतात. पाकळ्या सहा. पुंकेसर पाच ते आठ. बीजांडकोश त्रिकोणी, एक कप्पी. फळे लहान, त्रिकोणी, साधारण पंखधारी, पाकळ्यांनी झाकलेली. बिया एक ते दोन, तांबूस रंगाच्या. सहा पाकळ्यांपैकी, बाहेरील तीन पाकळ्या वाळून पडतात. आतील तीन पाकळ्या फलधारणेनंतर आकाराने मोठ्या बनतात व फळाभोवती झाकल्या जातात. जानेवारी ते मार्च महिन्यांत या वनस्पतीला फुले व फळे येतात. चुका वनस्पतीचे मूळस्थान पश्चिम पंजाब असून ती भारताबरोबरच अफगाणिस्तान, पर्शिया व उत्तर आफ्रिकेत आढळते.

औषधी गुणधर्म

चुका औषधी वनस्पती आहे. पाने आणि बिया औषधात वापरतात. ही वनस्पती खूप आंबट, विरेचक (मलातील गाठी मोडणारे) दीपक, शीतल, शोथघ्न व वेदनास्थापन गुणधर्माची आहे. चुका ही वनस्पती हृदयत्रास, दुखणे, बद्धकोष्ठता, प्लिहारोग, उचकी, उदवायू, दमा, श्वासनलिका दाह, अपचन, वांती व मूळव्याध अशा विकारांवर, रोगांवर उपयुक्त आहे.

ही वनस्पती मांसपाचक म्हणून शीघ्र काम करणारी व लोह विरघळवणारी आहे. ही पित्तजनक आहे. वातशूल, गुल्म, प्लीहा व अदावर्त विकारांत उपयोगी आहे. श्वासकास, अरुची व अजीर्ण यात ही इतर औषधासह वापरतात. खरूज, कोड, दातदुखी, विषारी प्राण्यांच्या चावण्यावर, दंशावर चुका वापरतात. शिसारी प्रतिबंध आणि भूकवर्धक हे गुणधर्म या वनस्पतीमध्ये आहेत. डोकेदुखीवर चुका व कांद्याचा रस चोळावा.

चुक्याची पाने शीत, सौम्य विरेचक आणि मूत्रवर्धक आहेत. पानांचा रस दातदुखीवर उपयुक्त आहे. चुका दाहशामक म्हणूनही वापरतात. चुक्याच्या बिया शीत व पौष्टिक आहेत. बिया भाजून आमांशात देतात. चुका पचननलिकेच्या रोगात वापरतात. विंचूदंश व गांधीलमाशीच्या दंशावर तसेच सुजेवर चुक्याची पाने वाटून त्याचा लेप करतात.

चुक्याची पाने व कोवळ्या फांद्या व खोड भाजी तयार करण्यासाठी वापरतात. ही भाजी आंबट-गोड असून वातदोष कमी करते. पचनास हलकी असून जेवणास चव आणणारी आहे. भूक लागत नसल्यास किंवा भूक लागूनही जेवण जात नसल्यास चुक्याच्या भाजीमुळे भूक लागते, जेवण जाते आणि पचनक्रियाही सुरळीत होते. ही भाजी थंड असल्याने हातापायाची जळजळ, मूत्रमार्गाचा दाह आदी उष्णतेच्या विकारात भाजीचा उपयोग होतो.

ज्यांना आतड्यामध्ये, जठरामध्ये गरम दाह जाणवतो व उलट्या होतात अशा रुग्णांनी चुक्याची भाजी नियमितपणे खावी. आमांश (ॲमोबियॉसिस) या विकारात अन्न न पचताच पातळ मलाबरोबर बाहेर पडते व शरीराचे पोषण नीट होत नाही, अशा वेळी चुक्याची भाजी खाल्ल्याने अन्नपचन नीट होते. मल बांधून होतो व चांगला गुण पडतो. चुका भाजी वांग्याच्या भाजीत मिसळून केल्यास 'अतिरोचनी' म्हणजेच अतिशय रूचकर लागते, म्हणून चुक्याचे नाव 'रोचनी' असे आहे.

चुक्याची भाजी : पाककृती १

साहित्य : चुक्याची कोवळी पाने व फांद्या, शेंगदाणे, हरभरा डाळ, लसूण, कांदा, आले, हिरव्या मिरच्या, तेल, जिरे, मीठ इत्यादी

कृती : चुक्याची भाजी स्वच्छ धुऊन कांड्यासहित बारीक चिरावी. शेंगदाणे व हरभरा डाळ एकत्र करून कुकरमध्ये बोटचेपी शिजवून घ्यावी. आले, लसूण ठेचून घ्यावे. कढईमध्ये तेल घालून, जिऱ्याची फोडणी करून त्यात आले-लसूण व बारीक चिरलेली मिरची घालावी. चिरलेला चुका, मग शिजवलेली डाळ व शेंगदाणे घालावेत. नंतर मीठ घालून मंद आचेवर दहा मिनिटे भाजी शिजू द्यावी. मधून मधून भाजी हलवावी. आजारातून उठल्यावर तोंडाला चव येण्यासाठी ही भाजी अवश्य खायला हवी.

चुक्याची भाजी : पाककृती २

साहित्य : चिरलेली चुका भाजी, गाजर फोडी, चिरलेल्या हिरव्या मिरच्या, चिरलेल्या लसूण पाकळ्या, तिखट, मीठ, हळद, हिंग, जिरे, तेल इ.

कृती : कढईत तेल घेऊन तेलात जिरे व हिंग घालावे. त्यात लसूण व मिरची घालून लाल झाल्यावर गाजरे व हळदपूड घालावी. नंतर चिरलेली भाजी घालावी. मीठ घालून भाजी शिजवावी. झाकण घालू नये. थोडे तिखट घालून परतून भाजी काढावी.

चुक्याची भाजी : पाककृती ३

साहित्य : चिरलेला चुका, तुरीची डाळ, चिरलेल्या मिरच्या, आले-लसूण पेस्ट, कांदा, टोमॅटो, सुके खोबरे, धणे, खसखस, जिरेपूड, फोडणीचे साहित्य, तेल, गूळ, मीठ इत्यादी.

कृती : चुका, मिरच्या, तुरीची डाळ एकत्र शिजवून घोटावे. फोडणीत कांदा, टोमॅटो परतावा. लसूण-आले पेस्ट, घोटलेली भाजी, खोबरे,धणे व खसखस यांचा एकत्र वाटलेला मसाला, जिरेपूड, मीठ घालून उकळावे. नंतर गूळ घालून भाजी खाली उतरावी.

चुक्याची चटणी

साहित्य : निवडून धुतलेली चुक्याची पाने, मीठ, हिरव्या मिरच्या, साखर, कोथिंबीर इत्यादी.

कृती : सर्व साहित्य एकत्र घेऊन पातळसर वाटावे. यामध्ये थोडे दाण्याचे कूट घालावे, यामुळे चटणीला वेगळीच चव येते.

मेथी-चुका मिश्र भाजी

साहित्य : दोन वाट्या प्रत्येकी चिरलेली चुका व मेथी, एक वाटी तूरडाळ, हिरव्या मिरच्या, लसूण, गूळ, हिंग, मीठ, तेल, मोहरी इत्यादी.

कृती : तेलावर हळद व हिंग घालून तूरडाळ घालावी. हिरव्या मिरच्या तुकडे करून घालाव्या. चिरलेली मेथी व चुका घालून सर्व एका डब्यात घालून कुकरमध्ये शिजवावे. नंतर चांगले घोटावे. मीठ, गूळ घालून उकळावे व वरून लसूण ठेचून केलेली खमंग फोडणी द्यावी.

झारसी

शास्त्रीय नाव	:	*Mollugo pentaphylla* (मोल्युगो पेन्टाफायला)
कुळ	:	Molluginaceae मोल्युजिनिएसी
इंग्लिश नाव	:	Five Leaved Carpet weed (फाईव्ह लिव्हड कारपेट वीड)
स्थानिक नावे	:	झारसी, झरस, झारासी
हिंदी नाव	:	जारसी
बंगाली नाव	:	जिमसाक
संस्कृत नाव	:	ग्रीष्मसुंदर

झारसी ही रोपवर्गीय वनस्पती भारत, श्रीलंका, पाकिस्तान, चीन, जपान, फिजी या देशात प्रामुख्याने आढळते. भारतात ही वनस्पती कमी व जास्त पाऊस पडणाऱ्या सर्व प्रदेशात आढळते. झारसी ही वनस्पती कोरड्या तसेच ओलसर जागी तसेच खडकाळ जमिनीवर, दगडी पठारांवर, सड्यांवर, शेतात तण म्हणून तर, ओसाड जमिनीवरही सर्वत्र वाढलेली दिसते. महाराष्ट्रात ही वनस्पती कोकण, पश्चिम महाराष्ट्र, खानदेश, मराठवाडा, विदर्भ सर्व ठिकाणी आढळते.

झारसी ही वर्षायू रोपवर्गीय वनस्पती असून ती ३० सें.मी. उंचीपर्यंत वाढते. फांद्या अनेक, नाजूक, काही उंच सरळ वाढणाऱ्या तर कांही फांद्या जमिनीवर पसरत वाढणाऱ्या. खोड व फांद्या चौकोनी, इंग्रजी 'व्ही' अक्षराप्रमाणे दुभंगणाऱ्या, हिरवट-तांबूस रंगाच्या. पाने साधी, सर्वसाधारणपणे एका पेरापासून ३ ते ९ पाने तयार होतात, काहीवेळा एका पेरापासून समोरासमोर दोन पाने तयार होतात. पाने लांबट, १.५ ते ३.५ लांब, ०.५ ते १.५ सें.मी. रुंद, तळाकडे निमुळती, तर दुसऱ्या बाजूस टोकदार. पानांचा देठ अगदी आखूड, तर काही वेळा पाने देठविरहित. फुले लहान, पांढरी, काहीवेळा हिरवट किंवा तांबूस-करड्या रंगाची, फांद्यांच्या टोकांवर येणाऱ्या बहुशाखीय पुष्पमंजिरीत. फुले नियमित व द्विलिंगी. पुष्पमंजिरीचा अक्ष, त्याच्या फांद्या व फुलांचे देठ अगदी नाजूक. पुष्पमुकुट पाच दलांचा. फुलांमध्ये पाकळ्या नसतात. तीन पुंकेसर. तीन बीजांडकोश, तीन परागवाहिन्या, आखूड. फळे गोलाकार, पुष्पमुकुटापेक्षा लांब. बिया अनेक, तांबूस-करड्या रंगाच्या, खडबडीत आवरणाच्या, गोलाकार-मूत्रपिंडाच्या आकाराच्या. या वनस्पतीला जुलै ते डिसेंबर या कालावधीत फुले येतात.

झारसी कडू, दीपक, आनुलोमिक व आर्तवजनन गुणधर्माची आहे. बाळंतपणात झारसीचा फांट बाळंतिणीला दिल्यास तिच्या शरीरातील सर्व क्रिया सुधारतात व विटाळ पडतो. त्वचारोगात झारसी वनस्पती वाटून तिचा लेप करतात. कानदुखीत, ही वनस्पती वाटून थोडे एरंडेल तेल मिसळून, गरम करून, कानदुखीत कानशिलावर बांधतात. या वनस्पतीमध्ये जीवाणूनाशक गुणधर्म आहेत.

औषधी गुणधर्म

झारसी कोवळी खोडे, फांद्या व पाने भाजी करण्यासाठी वापरतात. झारसीची भाजी बाळंतिणीसाठी अत्यंत उपयुक्त मानली जाते. झारसीच्या भाजीने बाळंतिणीच्या शरीरातील सर्व क्रिया सुधारून विटाळ पडतो. या भाजीने शौचास साफ होते व भूक लागते. विविध त्वचारोग असणाऱ्या रुग्णांसाठी झारसीची भाजी गुणकारी आहे.

झारसीची भाजी : पाककृती १

साहित्य : झारसीची कोवळी खोडे व फांद्या पानांसहित, तेल,कांदा,लसूण,हिरवी मिरची, मीठ इत्यादी
कृती : भाजी निवडून घ्यावी व स्वच्छ पाण्याने धुवावी. कांदा बारीक चिरून घ्यावा. भाजी चिरून घ्यावी. लसणीच्या पाकळ्या व हिरव्या मिरच्या वाटून पेस्ट करावी. नंतर पातेल्यात तेल घेऊन त्यात चिरलेला कांदा घालावा. कांदा तांबूस होईपर्यंत भाजून घ्यावा. नंतर त्यात चिरलेली भाजी, लसूण-मिरची पेस्ट घालावी. सर्व मिश्रण चांगले परतून घ्यावे व भाजी मंद गॅसवर वाफवून घ्यावी.

झारसीची भाजी : पाककृती २

साहित्य : धुऊन चिरलेली झारसीची भाजी, डाळीचे पीठ, तेल, मोहरी, हिंग, हळद, गूळ, मीठ, तिखट, काळा मसाला
फोडणीचे साहित्य : तेल, ठेचलेल्या लसूण पाकळ्या, लाल मिरच्या तुकडे करून, हिंग, मोहरी, हळद.
कृती : तेलात फोडणी करून भाजी परतावी. तिखट, मीठ, थोडा काळा मसाला घालून दोन वाफा आणाव्यात. वाटल्यास थोडे पाणी घालावे. शक्यतो कोरडीच शिजवावी. नंतर थोडा गूळ घालून विरघळल्यानंतर डाळीचे पीठ घालावे. चांगले ढवळून घ्यावे. पाण्याचे हबके देऊन, शिजवून दोन वाफा आणाव्यात. नंतर कढईत तेलाच्या फोडणीत लसूण, लाल मिरच्या घालून ही फोडणी तयार केलेल्या भाजीवर ओतावी.

टाकळा

शास्त्रीय नाव	:	*Cassia tora* (कॅसिया टोरा)
कुळ	:	Caesalpinaceae (सिसालपिनेसी)
इंग्लिश नाव	:	Foetid Cassia (फिटीड कॅसिया)
स्थानिक नावे	:	तरोटा किंवा तरवटा
हिंदी नावे	:	चकुंदा, पामद, पनवेर
संस्कृत नावे	:	चक्रमर्द, प्रपुनन्नाट
गुजराती नाव	:	कुवाडियो

टाकळा ही रोपवर्गीय वनस्पती एक ते दोन फुटांपर्यंत उंच वाढते. ही वर्षायू वनस्पती 'सिसालपिनेसी' म्हणजेच आपट्याच्या कुळातील आहे. हे तण पडीक ओसाड जमिनीवर, शेतात, बागांमध्ये, जंगलात, रस्त्यांच्या कडेने सर्वत्र वाढते. टाकळ्याच्या बिया भाजल्यानंतर, कॉफीसारखा वास येतो.

खोड व फांद्या गोलाकार. खोडाच्या तळापासून अनेक फांद्या तयार होतात. पाने संयुक्त, एकाआड एक, ७.५ ते १०.०० सें.मी. लांब, सहा पर्णिका, त्यांच्या तीन जोड्या. खालच्या दोन पर्णिकांच्या जोड्यांमध्ये प्रत्येकी एक शंखाकृती ग्रंथी. पर्णिकेची सर्वात खालची जोडी लहान तर वरच्या जोडीतील पर्णिका आकाराने मोठ्या. पर्णिका रात्री मिटतात. पर्णिका लांबट-गोल किंवा अंडाकृती-आयताकृती, तळ तिरपा. फुले पिवळसर रंगाची, थोडीशी अनियमित, द्विलिंगी, पानांच्या बेचक्यात जोडीने येतात. पाकळ्या पाच, वरची पाकळी आकाराने थोडी मोठी, द्विखंडित. पुंकेसर सात, असमान लांबीचे. बीजांडकोश एक कप्पी. शेंगा १० ते १६ सें.मी. लांब, कोवळ्या असताना वक्र. बिया २५ ते ४० तपकिरी-काळसर किंवा करड्या रंगाच्या, त्यांचे टोक आडवे कापल्यासारखे, कठीण कवचाच्या.

टाकळा ही वनस्पती उग्र गंधाची असून त्यास चांगली रुची नसते. ही वनस्पती पावसाळ्यात उगवते. ऑक्टोबर ते डिसेंबर या कालावधीत तिला फुले येतात. फुले येण्याआधीच्या कोवळ्या पानांची भाजी करतात. औषधात वापरतात. टाकळ्याच्या पानांत विरेचन द्रव्य व लाल रंग असतो. या वनस्पतीत 'एमोडीन' ग्लुकोसाईड आहे. टाकळा आनुलोमिक असून याची क्रिया त्वचेवर होते.

औषधी गुणधर्म

टाकळा सर्व प्रकारच्या त्वचारोगांत देतात. त्वचा जाड झालेली असल्यास ह्याचा विशेष उपयोग होतो. त्वचारोगात पानांची भाजी देतात व बिया वाटून लेप करतात. बिया लिंबाच्या रसांतून वापरण्याचा प्रघात आहे.

मुळे उगाळून लिंबाच्या रसात बनवलेली पिष्टी गजकर्णासाठी वापरतात. पाने व बियांमध्ये ‘क्रायझोजेनिक आम्ल’ असून ते त्वचा रोगात मौल्यवान आहे. पाने कृमिघ्न आणि सौम्य विरेचक आहेत. पानांचा काढा दातांच्या वेळी मुलांना येणाऱ्या तापावर देतात. पित्तज, हृदयविकार, श्वास, खोकला यात पानांचा रस मधातून देतात.

टाकळ्याच्या पानांची भाजी गुणाने उष्ण असल्याने शरीरातील वात व कफदोष कमी होण्यास मदत होते. वरचेवर ही भाजी खाल्ल्याने अंगातील अतिरिक्त मेद झडण्यास याचा उपयोग होतो. त्याचबरोबर इसब, ॲलर्जी, सोरायसिस, खरूज यांसारखे त्वचाविकारही कमी होतात. लहान मुलांच्या पोटातील कृमी बाहेर पडण्यासही या भाजीचा उपयोग होता. टाकळ्याची भाजी पचायला हलकी, तिखट, तुरट, पित्तकर आहे व मलसारक आहे.

टाकळ्याची भाजी

साहित्य : कोवळी पाने, कांदा, ओली मिरची, तेल, आले, मीठ, ओले खोबरे, हळद, गूळ इत्यादी.
कृती : पाने स्वच्छ धुऊन, पाणी गळून जाऊ द्यावे. कढईत तेल टाकून कांदा परतून घ्यावा, मग त्यात ओली मिरची व हळद टाकावी. नंतर त्यावर बारीक चिरलेली भाजी टाकून ती वाफेवर शिजू द्यावी. भाजी शिजत आली की त्यात थोडा गूळ आणि मीठ घालावे. त्यावर ओले खोबरे घालावे. या भाजीत भिजवलेली तूरडाळ किंवा फणसाच्या आठळ्यांचे बारीक तुकडे ती शिजत असताना टाकल्यास भाजी अधिक चवदार बनते.

टाकळ्याचे रायते

साहित्य : एक वाटी टाकळ्याची पाने, चिंचेचा कोळ व गूळ, हिरवी मिरची, मोहरी पूड, पाणी, मीठ इत्यादी
कृती : पाने व मिरच्या सोबत वाटावी. त्यात गूळ, चिंचेचा कोळ, मीठ घालावे. मोहरी पूड पाण्यात फेसून घालावी.

टाकळ्याची तंबळी

साहित्य : एक वाटी टाकळ्याची पाने, एक वाटी ओले खोबरे, हिरव्या मिरच्या, दीड वाटी ताक, चिंच, मिरे, जिरे, तूप, मीठ इत्यादी.
कृती : कढईत तुपावर मिरची व पाने परतावीत, त्यात मिरे, जिरे घालून दोन मिनिट परतावे. मग ताक गाळून इतर साहित्य मिक्सरमध्ये घालून वाटावे आणि नंतर ताकात मिसळावे. पोटाच्या विकारासाठी तंबळी उपयुक्त आहे.
(टीप : फुले येण्यापूर्वीची कोवळी पानेच भाजीसाठी वापरावीत)

टाकळी

शास्त्रीय नाव	:	*Clerodendrum multiflorum* (क्लिरोडेन्ड्रम मल्टिफोरम)
कुळ	:	Verbenaceae (व्हर्बेनेसी)
स्थानिक नावे	:	ऐरण, टाकळ, नलावरी
संस्कृत नावे	:	गणिकारिका, वैजयन्तिका, क्षुद्र अग्निमंथ.
हिंदी नावे	:	अरनी, टेकार, उरिन, गिनेरी, गनियारी, अमेथु, खरशाक, टाकलन, टाकलनी.
गुजराती नाव	:	अरणी, आरखडी, भाऊरी

टाकळीचे मोठे झुडूप किंवा लहानसा वृक्ष असतो, जो ३० फुटांपर्यंत उंच वाढतो. फांद्या अनेक, फिक्कट खाकी रंगाच्या, लोमयुक्त, पसरणाऱ्या व खाली झुकणाऱ्या. पाने साधी, समोरासमोर, त्रिकोणी गोलाकार, तळाकडे रुंद, टोकाकडे अरुंद व साधारण टोकदार, ३ ते ७ सें.मी. लांब व ३.२ ते ३.८ सें.मी. रुंद, पानांच्या कडा अनियमित दातेरी, वरील बाजू गुळगुळीत, खालील बाजू साधारण लोमश. पानांचा देठ ०.६ ते १.८ सें.मी.लांब. फुले पांढरी, सुवासिक, द्विलिंगी, साधारण अनियमित, फांदीच्या टोकाला, पानांच्या बेचक्यातून तुऱ्यांनी येतात. पुष्पपर्णे लहान पानांसारखी. पुष्पमुकुट पाच दलांचा, दले अर्धवट चिकटलेली. पाच पाकळ्या, एकमेकांस चिकटलेल्या, पुष्पनळी सुमारे २.५ सें.मी. लांब, लोमश. सर्वसाधारण समान आकाराच्या पाकळ्या. पुंकेसर चार, तळास पाकळ्यांना चिकटलेले, दोन आखूड, दोन लांब. केसरतंतू लोमश, पुष्पनळीच्या बाहेर डोकावणारे.

बीजांडकोश चार कप्पी, प्रत्येक कप्प्यात एक बीजांड. परागवाहिनी पाकळ्यांपेक्षा लांब, टोकाकडे दुभागलेली. फळे गोलाकार, ०.६ सें.मी. लांब, करवंदाएवढी, चार विभागी. फळांचा तळाकडील भाग पुष्पमुकुटांनी झाकलेला. एक ते चार बिया. या वनस्पतीला सप्टेंबर ते फेब्रुवारी या कालावधीत फुलांचा बहार येतो. टाकळीची मोठी झुडुपे भारतात व श्रीलंकेत सर्वत्र आढळतात. ही वनस्पती भारतात सर्वत्र कोरड्या हवामानातील प्रदेशात आढळते. महाराष्ट्रात टाकळीची झुडुपे सर्वत्र वाढलेली आढळतात. टाकळी ही औषधी वनस्पती असून तिची मुळे व पाने औषधात वापरतात.

औषधी गुणधर्म

टाकळी तिखट, उष्ण, मधुर, कडू, तुरट, अग्निदीपक गुणधर्माची आहे. वायू, कफ व सुजेवरील हे उत्तम औषध आहे. ही वनस्पती वायू, पडसे, सूज, कफ, आमवात, अग्निमांद्य, पंडुरोग, मेदोरोग

यांचा नाश करते. दशमुळात टाकळीची मुळे वापरतात, त्याचा मुख्य उद्देश शोथ कमी करणे हा आहे. पानांचा रस कडू व तुरट असून उष्णवीर्य आहे. ज्वरात, आमवातात टाकळीचे मूळ सुंठ-मिऱ्यांबरोबर देतात. हे औषध गोवर आल्यानंतरही देतात. जलशोथात हिचा लेप करतात. वातरोगावर मुळांचे तेल बनवून लावतात. पक्षाघात, संधिवात व सुजेवर मुळांचे तेल बनवून चोळावे शेकावे. शीतपित्तावर मुळाचे चूर्ण तुपाबरोबर घ्यावे. त्रिदोष गुल्मावर मुळांचा काढा गरम असतानाच गूळ घालून देतात. सांधा मुरगळून सूज येते त्यावर, तसेच अंगदुखीत पाने ठेचून त्याचा लेप करतात. शीतज्वरात पाने ठेचून पाला मस्तकावर बांधतात. वाघचवड्यावर पाने ठेचून, त्यात मीठ घालून पाला त्यावर बांधावा. त्वचारोगात पानांचा रस दिवसातून दोन वेळा देतात.

टाकळीची कोवळी पाने भाजी करण्यासाठी वापरतात. आहारात या भाजीचा वापर केल्याने त्वचारोग कमी होतात. सर्दी, पडसे कमी होण्यासाठी तसेच अंगदुखी व ज्वर कमी होण्यासाठी टाकळीच्या भाजीचा चांगला उपयोग होतो.

टाकळीची भाजी

साहित्य : टाकळीची कोवळी पाने, कांदा, ओली मिरची, लसूण, तेल, जिरे, मोहरी, हळद, मीठ, भिजवलेली तूरडाळ किंवा मूगडाळ इत्यादी

कृती : टाकळीची निवडलेली कोवळी पाने पाण्याने स्वच्छ धुऊन घ्यावीत व बारीक चिरावीत. चिरलेली भाजी वाफवून घ्यावी व पाणी टाकून द्यावे. (यामुळे पानांचा उग्र वास कमी होतो.) कांदा व ओल्या मिरच्या चिरून घ्याव्यात. कांदा नको असल्यास लसणीचा वापर करावा. कढईत तेल घेऊन त्यात जिरे, मोहरी, चिरलेला कांदा किंवा लसूण, मिरची, हळद घालून फोडणी द्यावी. कांदा तांबूस होईपर्यंत परतून घ्यावा. नंतर चिरून, वाफवून घेतलेली भाजी व भिजवलेली डाळ घालावी. मीठ घालून सर्व मिश्रण चांगले परतून घ्यावे व भाजी शिजवून घ्यावी.

तांदुळजा

शास्त्रीय नाव	:	*Amaranthus roxburghianus* ॲमॅरेनन्थस रॉक्सबरजिय्यानस
कुळ	:	*Amaranthaceae* (ॲमॅरेन्थेसी)
इंग्लिश नाव	:	Non Spiny Amaranth नॉन स्पायनी ॲमॅरेन्थ
स्थानिक नावे	:	'तांदळी', 'चवळई'
हिंदी नाव	:	'चौलाईका शाक'
संस्कृत नाव	:	'तण्दुलीय'
गुजराती नाव	:	तांदुळजो

तांदुळजा वनस्पती उष्ण कटिबंधातील सर्व प्रदेशात आढळते. महाराष्ट्रात ही सर्वत्र आढळते. ही ओसाड जमिनीवर तसेच शेतात तण म्हणून वाढणारी वनस्पती आहे. तांदळीची काही ठिकाणी शेतातही लागवड करतात. पावसाळ्यात ती सर्वत्र आढळते.

तांदुळजा वनस्पती दीड ते दोन फुटांपर्यंत उंच वाढते. खोड उंच वाढणारे, साधारण मांसल असते. फांद्या अनेक, समांतर लांबट खाचा असणारे, गुळगुळीत. पाने साधी, एकाआड एक, १ ते ५ सें.मी. लांब, १ ते ३ सें.मी. रुंद, लांबट गोलाकार, दोन्ही टोकांकडे निमुळते, गुळगुळीत. शिरा पानांच्या खालील बाजूस अधिक स्पष्ट. पानांचे देठ हिरवे, २.५ ते ६.३ सें.मी.लांब. फुले लहान, हिरवट-पिवळसर, नियमित, एकलिंगी, फांद्याच्या टोकांवर तसेच पानांच्या बेचक्यातून तयार होणाऱ्या लांबट पुष्पमंजिरीत तयार होतात. नर व मादी फुले दोन्ही एकाच वनस्पतीवर व एकाच पुष्पमंजिरीत तयार होतात. फुलांभोवती प्रत्येकी दोन पुष्पपर्णे असतात. तीन पाकळ्या, पातळ, हिरव्या रंगाच्या. पुंकेसर तीन, एकमेकांपासून अलग, पाकळ्यांपेक्षा लांबट असतात. बीजांडकोश एक कप्पी. तीन परागवाहिन्या. फळे लहान अंडाकृती. बिया तीन ते सहा, काळसर-तपकिरी, चकचकीत.

औषधी गुणधर्म

तांदुळजा वनस्पतीची पाने व मूळ औषधात वापरतात. ही वनस्पती मधुर, शीतल, रुचकर, अग्निदीपक, मूत्रक व सारक गुणधर्माची आहे. आगपैनीवर तांदुळजाची पाने व दुर्वा वाटून लेप करतात. अग्निदग्ध व्रणावर पाने वाटून त्याचा रस सोनकाव (गेरू) मध्ये मिसळून त्याचा लेप करतात, यामुळे थंडावा निर्माण होऊन व्रण बरा होतो. प्रदररोगात तांदुळजाचे मूळ उगाळून देतात. या वनस्पतीचे मूळ विषनाशक असल्याने सर्व प्रकारच्या विषांवर मूळ उगाळून देतात. तांदुळजा प्रमेहनाशक आहे.

तांदुळजाची भाजी सर्वांना हितकारक आहे. ही भाजी पथ्यकर आहे. यामुळे कोठ्यातील उष्णता कमी होते. ही भाजी रेचक आहे. पचनास हलकी, रुक्ष व थंडावा निर्माण करणारी आहे. ही सर्व आजारांत चालणारी भाजी असून पोटातील मल व मूत्र बाहेर काढून कोठा शुद्ध करणारी आहे. या भाजीमुळे जेवणात रुचि निर्माण होते व अन्नाचे नीट पचन होते. आम्लपित्त व बद्धकोष्ठता या विकारांना दूर ठेवणारी ही भाजी आहे. खास करून शौचास साफ न होणाऱ्या रोग्यांना फार उपयुक्त आहे, तसेच तापात आणि पोटांच्या रोगात ही भाजी अत्यंत हितकारी आहे. तांदुळजाची पाने व कोवळ्या फांद्या भाजी करण्यासाठी तांदुळजाच्या भाजीत प्रथिने, क्षार व जीवनसत्त्वे विपुल प्रमाणात आहेत. या भाजीत लोह व कॅल्शिअम आहे. गरोदरपणात तांदुळजाच्या पानांचा रस देतात, यामुळे गर्भाची वाढ चांगली होते, लोह मिळाल्यामुळे रक्त वाढते. गर्भाशयाच्या स्नायूंचा लवचिकपणा वाढतो. पानांचा रस बाळंतपणानंतरही देतात, यामुळे अंगावरचे दूध वाढते. ताप आलेल्या व्यक्तीस पानांचा रस दिल्यास ताप कमी होतो.

तांदुळजाची भाजी : पाककृती १

साहित्य : तांदुळजाची पाने व कोवळ्या फांद्या, कांदा, ओल्या मिरच्या, ओले खोबरे, कोथिंबीर, मीठ, तेल, फोडणीचे साहित्य, गूळ इत्यादी

कृती : तांदुळजाची पाने व कोवळ्या फांद्या निवडून, स्वच्छ धुऊन, चिरून घ्याव्या. कांदा चिरून फोडणीत तांबूस होईपर्यंत परतून घ्यावा. ओल्या मिरच्यांचे तुकडे व मसाला फोडणीतच टाकून परतून घ्यावा. नंतर त्यात चिरलेली भाजी टाकावी. भाजी परतून अर्धवट शिजल्यावर चवीनुसार मीठ व गूळ घालावा. भाजीला थोडे पाणी सुटेल, तरीही कोरडीच वाटल्यास एखाद्या पाण्याचा हबका मारावा व भाजी शिजत आल्यावर किसलेले ओले खोबरे व कोथिंबीर घालावी.

तांदुळजाची भाजी : पाककृती २

साहित्य : तांदुळजाची पाने, कांदा, तिखट, मूगडाळ, तेल, फोडणीचे साहित्य, मीठ, हळद इत्यादी

कृती : हिंगाची फोडणी करून त्यात चिरलेला कांदा मंद आचेवर तांबूस होईपर्यंत परतून घ्यावा. त्यात हळद आणि चिरलेली भाजी तसेच भिजवलेली मूगडाळ घालावी. व्यवस्थित हलवून मीठ घालून भाजी शिजवून घ्यावी.

तांदुळजाची भाजी : पाककृती ३

साहित्य : तांदुळजाची पाने व कोवळी खोडे, लसूण पाकळ्या, तिखट, हरभरा डाळीचा भरडा, तेल, मीठ, फोडणीचे साहित्य, हळद इत्यादी

कृती : फोडणीत ठेचलेला लसूण घालून त्यात हळद व चिरलेली भाजी घालावी. तिखट व मीठ घालून भाजी वाफवून घ्यावी. भाजी शिजल्यानंतर त्यात डाळीचा भरडा टाकून भाजी हलवावी. नंतर भाजीला दणकून वाफ घ्यावी.

दिंडा

शास्त्रीय नाव	:	*Leea macrophylla* (लिया मॅकरोफायला)
कुळ	:	Leeaceae (लिएसी)
स्थानिक नावे	:	ढोलसमुद्रिका
हिंदी नाव	:	समुद्रक
गुजराती नाव	:	ढोलसमुद्रा
संस्कृत नाव	:	ढोलसमुद्रिका

दिंडा या वनस्पतीच्या अनेक प्रजाती महाराष्ट्रात आढळतात. 'लिया मॅकरोफायला' ही प्रजात पश्चिम घाट, कोकण, मराठवाडा, विदर्भ या भागातील जंगलात आढळते. या प्रजातीला 'ढोलसमुद्रिका' असेही नाव आहे. या प्रजातीची पाने इतर दिंडा प्रजातींपेक्षा आकाराने फार मोठी असतात. या प्रजातीची पाने दोन फूट लांब तर एक फूट रुंद एवढी मोठी असतात. दिंडा ही झुडूपवर्गीय वनस्पती तीन फुटापर्यंत उंच वाढते. मूळ कंदवर्गीय, लालसर रंगाचे, बहुवर्षायू. पाने साधी, एकाआड एक, लांबट हृदयाकृती आकाराची, कडा साधारण कातरलेल्या, दातेरी, वरील बाजू गडद हिरव्या रंगाची, मागील बाजू फिकट हिरवी व साधारण लोमश, ८ ते १० समांतर शिरांच्या जोड्या. पानांचे देठ ५ ते १२.५ सें.मी. लांब, खोलगट रेखाकृती. फुले लहान, पांढरी, खोडांच्या टोकांवर मोठ्या संयुक्त गुच्छ मंजिरीत येतात. पुष्पमंजिरी सुमारे एक फूट लांब. फुले द्विलिंगी व नियमित. फुलांचे देठ लहान. पुष्पमुकुट पाच संयुक्त दलांचा बनलेला. पाकळ्या पाच. पुंकेसर पाच, तळाशी एकमेकास चिकटलेले. बीजांडकोश तीन ते सहा कप्पी, परागवाहिनी लहान, परागधारिणी जाड, प्रत्येक कप्प्यामध्ये एक ते दोन बीजांडे. फळे गोलाकार, वाटाण्याएवढी तीन ते सहा विभागी, हिरवी, पिकल्यानंतर काळी. बिया तीन ते सहा. या वनस्पतीला जुलै ते ऑक्टोबर या कालावधीत फुले व फळे येतात. दिंड्याच्या फांद्या व पाने सुकल्यावर त्वरित काळ्या पडतात.

औषधी गुणधर्म

व्रणरोपक म्हणून दिंडा ही वनस्पती प्रसिद्ध आहे. व्रणरोपक हा महत्त्वाचा औषधी गुणधर्म दिंड्याचा आहे. औषधात दिंड्याचे मूळ (कंद) वापरतात. या वनस्पतीत ग्राही, वेदनास्थापन आणि रक्तस्कंदन हे इतर औषधी गुणधर्म आहेत.

दिंड्याचा कंद वाटून तो बुळबुळीत लेप व्रणावर बांधल्यास व्रण त्वरित भरून येतो. यामुळे वेदना कमी होतात व जखमेतील रक्त वाहण्याचे लगेच थांबते. कंदाचा लेप नायट्यावरही प्रसिद्ध आहे. नारुतही दिंड्याचा कंद गुणकारी आहे.

दिंडा या वनस्पतीच्या कोवळ्या पानांची भाजी करतात. शरीरात उष्णता वाढून जखमा होतात व ह्या लवकर भरून येत नाहीत. अशा रुग्णांनी ही भाजी खाल्ल्यास त्यांच्या जखमा लवकर भरून येतात. ही भाजी खाल्ल्याने वरचेवर होणारी अंगदुखी कमी होते. दिंडा पानांची भाजी, बुळबुळीत भेंडीसारखी असते. पानांची भाजी पौष्टिक, स्निग्ध व वातपित्तनाशक आहे.

दिंडाच्या पानांची भाजी

साहित्य : दिंड्याची कोवळी पाने, चिरलेला कांदा, लसूण, तिखट, मीठ, नारळचव, तेल, मोहरी, हळद, गूळ, बेसन इत्यादी

कृती : दिंड्याची पाने धुऊन बारीक चिरावीत. फोडणीत लसूण (ठेचून) व कांदा परतावा. नंतर भाजी घालावी व चांगली परतून व झाकण घालून शिजवावी. मीठ, तिखट, नारळचव व गूळ घालून, शिजवून, बेसन पेरून एक वाफ आणावी.

नळीची भाजी

शास्त्रीय नाव : *Ipomoea aquatica* (आयपोमिया ॲक्वेटिका)

कुळ : Convolvulaceae (कोन्वॉलव्हिलेसिई)

इंग्लिश नाव : Water Spinach (वॉटर स्पिनॅच)

स्थानिक नावे : नाळ, नाळी

हिंदी नावे : कलमीसाग, कर्मी

गुजराती नावे : नाळानी भाजी

संस्कृत नावे : कलंबीका, नाडिका

नळीची भाजी तळी व तलावांच्या शेजारी, काठांवर, पाणथळ, ओलसर जमिनीवर, दलदलीच्या ठिकाणी वाढलेली आढळते. ही भारतात सर्वत्र, पण गुजरातमध्ये मुबलक प्रमाणात आढळते. ही वनस्पती श्रीलंका तसेच आशिया, आफ्रिका आणि ऑस्ट्रेलिया यामधील उष्ण कटिबंधीय प्रदेशात आढळते. महाराष्ट्रात ही वनस्पती सर्वत्र आढळते.

नळीची भाजी ही वर्षायू किंवा द्विवर्षायू वेलवर्गीय वनस्पती आहे. या वनस्पतीचे वेल जमिनीवर पसरत वाढतात. खोड नाजूक, लांब, चिखलावर सरपटणारे किंवा पाण्यावर तरंगणारे, पोकळ असते. पेरांजवळ मुळे फुटतात. पाने साधी, एकाआड एक, ५ ते १२.५ सें.मी. लांब व ३.२ ते ७.५ सें.मी. रुंद, साधारण लांबट त्रिकोणाकृती, अरुंद, टोकदार. देठ ३.७ ते १२.८ सें.मी. लांब, द्विकोनी, पोकळ. फुले द्विलिंगी, नियमित. १ ते ५ फुले असलेल्या पुष्पबंधाक्षात येतात. पुष्पअक्ष पानांच्या बेचक्यातून तयार होतो, १.३ ते १०.० सें.मी. लांब. फुलांचे देठ २.५ ते ५.० सें.मी.लांब. पुष्पकोश पाच दलांचा. पाकळ्या पाच, पांढऱ्या किंवा जांभळट-पांढऱ्या, एकमेकांस चिकटलेल्या नरसाळेकृती. पुष्पनलिका व कंठ फिकट जांभळे. पाच पुंकेसर असमान, तळाशी पाकळ्यांना चिकटलेले, केसाळ. दोन कप्पी बीजांडकोश, एक पुष्पनलिकेपेक्षा किंचित लांब, दोन परागधारिणी, ग्रंथियुक्त. फळे बोंडवर्गीय परागवाहिनी, बिया दोन ते चार, लोमश. नोव्हेंबर ते एप्रिल या कालावधीत फुले येतात.

ही वनस्पती दुग्धवर्धक व कृमीनाशक गुणधर्माची आहे. पांढरे डाग, कुष्ठरोग, पित्तप्रकोप आणि तापात ही वनस्पती उपयुक्त आहे, तसेच कफ व वातवर्धक आहे. ही वातानुलोमक असून दाह कमी करते. कावीळ, श्वासनलिका दाह व यकृत विकारात या वनस्पतीचा वापर करतात.

औषधी गुणधर्म

या वनस्पतीचे संपूर्ण अंग (पंचांग) औषधात वापरतात. स्त्रियांना मानसिक आणि शारीरिक दुर्बलता आलेली असल्यास ही वनस्पती शक्तिवर्धक म्हणून देण्याची प्रथा आहे. आर्सेनिक आणि अफूच्या विषबाधेत वांतीकारक म्हणून या वनस्पतीचा वापर करतात. पाने ज्वरातील प्रलापात दिली जातात. सुकवलेला अंगरस जुलाब होण्यास देतात. ही वनस्पती नागिणीच्या उपचारात वापरली जाते.

शंभर ग्रॅम नळीच्या भाजीत ०.२ ग्रॅम मेद, ११३ मि.ग्रॅम सोडिअम, ३१२ मि.ग्रॅ. पोटॅशिअम, ३.१ ग्रॅ. काबोहायड्रेट, २.१ ग्रॅ. फायबर, २.६ ग्रॅ. प्रथिने, १२६% अ जीवनसत्त्व, ७% कॅल्शिअम, ९१% क जीवनसत्त्व, ९% लोह ५%, ब-६ जीवनसत्त्व व १७% मॅग्नेशिअम हे घटक आढळून येतात. १०० ग्रॅम भाजीचे सेवन केल्यास शरीरास सुमारे १९ कॅलरी इतकी ऊर्जा मिळते. यामुळे नळीची भाजी एक महत्त्वाची पौष्टिक रानभाजी म्हणून प्रसिद्ध आहे. या वनस्पतीची पाने व टोकांकडील कोवळी खोडे भाजी करण्यासाठी वापरतात.

नळीची भाजी : पाककृती १

साहित्य : नळीच्या भाजीची देठासहित पाने व कोवळी खोडे, कांदा, लसूण, बटाटा, तेल, मीठ, हळद, हिरवी मिरची इत्यादी

कृती : भाजी स्वच्छ धुऊन चिरून घ्यावीत. पानांची देठे व कोवळी खोडे यांचे छोटे व लांब तुकडे करावे कुकरमध्ये भाजी वाफवून घ्यावी. कांदा बारीक चिरावा, लसूण पाकळ्यांचे लहान तुकडे करावे. बटाट्याचे गोलाकार पातळ तुकडे (वेफर्सप्रमाणे) करून ते तळून घ्यावेत. कढईत तेलामध्ये कांदा व लसूण लालसर होईपर्यंत परतून घ्यावे. हिरव्या मिरचीचे लांबट चिरलेले तुकडे टाकून परतावे. नंतर वाफवलेली भाजी फोडणीत परतून घ्यावी. आवश्यकतेप्रमाणे मीठ व हळद टाकून भाजी तयार झाल्यानंतर, त्यावर तळलेले बटाट्याचे तुकडे पसरावे.

नळीची भाजी : पाककृती २

साहित्य : देठासहित पाने व कोवळी खोडे, भिजवलेली मूगडाळ, कांदा, तेल, मीठ, हळद, तिखट इ.

कृती : पाने, देठे, कोवळी खोडे बारीक चिरून घ्यावीत. कढईत कांदा लालसर होईपर्यंत तळून घ्यावा. चिरलेली सर्व भाजी घालून परतून घ्यावी. भिजवलेली मूगडाळ तसेच तिखट, मीठ व हळद घालून भाजी परत चांगली परतून घ्यावी. मंद आचेवर ठेवून भाजी शिजवावी.

नाल

शास्त्रीय नाव : *Smithia bigemina* (स्मितीया बायजीमिना)
Smithia purpurea (स्मितीया परप्युरिया)
कुळ : *Fabaceae* फॅबेसी
स्थानिक नावे : नाळीची भाजी
हिंदी नाव : नाल
गुजराती नाव : नाल

नाल ही वनस्पती पावसाळ्यात पश्चिम घाट व कोकण परिसरात आढळते. ही वनस्पती प्रामुख्याने दगडी पठारांवर म्हणजेच सड्यांवर वाढते. या वनस्पतीच्या अनेक प्रजाती आहेत, पण यातील वर नमूद केलेल्या दोन प्रजातींचा रानभाजी म्हणून वापर केला जातो. ही वनस्पती वर्षायू, रोपवर्गीय असून जमिनीवर सरपटत, पसरत वाढते. खोड नाजूक, सरपटत १५ ते २० सें.मी. वाढणारे, लोमश. पाने संयुक्त, एकाआड एक.

'परप्युरिया' या प्रजातीमध्ये पाने २.८ ते ५.६ सें.मी. लांब असून पर्णिकांच्या ६ ते १५ जोड्या असतात. पर्णिका देठविरहित, ६ ते ८ मि.मी. लांब, दंडगोलाकार. फुले निळसर-जांभळी, आकर्षक, पानांच्या बेचक्यातून तयार होणाऱ्या ६ ते १२ फुलांच्या पुष्पमंजिरीत. मोठ्या पाकळीवर दोन पांढरे डाग.

'बायजीमिना' या प्रजातीमध्ये पाने संयुक्त, एका आड एक, १.६ ते १.८ सें.मी. लांब असून पर्णिकांच्या २ ते ३ जोड्या असतात. पर्णिका देठरहित, ८ ते १० मि.मी. लांब, दंडगोलाकार. फुले पिवळी, आकर्षक, पानांच्या बेचक्यातून तयार होणाऱ्या २ ते ६ फुलांच्या पुष्पमंजिरीत. मोठ्या पाकळीवर लाल डाग.

फुले अनियमित, द्विलिंगी. पुष्पकोश पाच दलांचा. पाच पाकळ्या, अनियमित, एक पाकळी मोठी, दोन पाकळ्या मध्यम आकाराच्या व दोन पाकळ्या लहान, तळाशी चिकटलेल्या. पुंकेसर दहा, एकमेकास चिकटून ५ + ५ अशा दोन पुंकेसर नलिका तयार होतात. बीजांडकोश लंबगोलाकार व एक कप्पी. शेंगा चपट्या, फुगीर जोडासहित पुष्पकोशात गुंडाळलेल्या. प्रत्येक शेंगेत सहा ते आठ कप्पे, प्रत्येक कप्प्यात एक-एक बी. फुले सप्टेंबर ते डिसेंबर या कालावधीत येतात.

औषधी गुणधर्म

नाल भाजी ही प्रामुख्याने मूत्रवहस्तोतजन्य व्याधीवर उपयोगी पडते. ही भाजी थंड असून याने शौचास साफ होते. वरचेवर शौचास पातळ होत असेल तर, याची कोरडी भाजी देतात.

नालची भाजी

साहित्य : नाल वनस्पतीची देठांसहित पाने, बारीक चिरलेला कांदा, ठेचलेली लसूण, भिजवलेली मूगडाळ, तेल, बारीक चिरलेली हिरवी मिरची, मीठ इत्यादी

कृती : भाजी निवडून पाण्याने स्वच्छ धुऊन निथळावी व बारीक चिरावी. पातेल्यात तेल घालून त्यामध्ये चिरलेला कांदा, मिरची व लसूण घालावी व कांदा लालसर होईपर्यंत परतून घ्यावा. त्यानंतर चिरलेली भाजी चवीपुरते मीठ घालून चांगली परतावी. मंद गॅसवर भाजी शिजवावी.

नावूळी

शास्त्रीय नाव : *Merremia vitifolia* (मिरेमिया व्हिटीफोलीया)
कुळ : Convolvulaceae (कनव्हॉलव्हिलेसी)
इंग्लिश नाव : Grape Leaf Woodrose (ग्रेप लिफ वुड रोझ)
स्थानिक नावे : नावूळी, नावळी, नवली, नावटी
हिंदी नाव : नावूली
गुजराती नावे : नावली

नावूळी ही वनस्पती भारत, श्रीलंका, चीन, मलेशिया, ऑस्ट्रेलिया, पॅसिफिक बेटे इतत्यादी देशात आढळते. भारतात ही वनस्पती गुजरात, महाराष्ट्र, गोवा, कर्नाटक, केरळ, ओरिसा, तामिळनाडू, आसाम, पश्चिम बंगाल या राज्यात तसेच अंदमान-निकोबार बेटांवर आढळते. ही वनस्पती महाराष्ट्रात कोल्हापूर, सातारा, सांगली, पुणे, रायगड, ठाणे, सिंधुदुर्ग या जिल्ह्यांतील जंगलात तसेच गावांच्या जवळपास पडीक जमिनीवर वाढलेली आढळते.

नावूळी ही बहुर्षायू, वेलवर्गीय वनस्पती असून ती आधाराला गुंडाळून झुडुपांवरून तसेच कुंपणावर वाढते. खोड नाजूक, गोलाकार, केसाळ. केस पिवळसर रंगाचे. जुने खोड काष्ठमय. पाने साधी, एकाआड एक, हृदयाकृती, तळाकडे रुंद, टोकाकडे निमुळती, पाच ते सात विभागी, २.५ ते ७.५ सें.मी. लांब, ४ ते १० सें.मी. रुंद, केसाळ, खालील पृष्ठभागावरील शिरांवर दाट केस. पानाच्या कडा अनियमित दातेरी. कोवळी पाने करड्या रंगाची. पानांचा देठ १.८ ते ५ सें.मी. लांब, केसाळ. फुले पिवळी, आकर्षक, आकाराने मोठी, पसरट नरसाळ्यासारखी, पानांच्या बेचक्यातून एकांडी किंवा दोन ते सातच्या गुच्छात येतात. पुष्पमंजिरीचा अक्ष ५ ते १० सें.मी. लांब, केसाळ. फुलांचे देठ २ ते २.५ सें.मी. लांब, केसाळ, टोकाकडे फुलांच्या तळाशी फुगीर. पाच दलांचा पुष्पकोश २.० ते २.५ सें.मी. लांब, तपकिरी-लालसर करड्या रंगाचा, लवयुक्त. पाच पाकळ्या, एकमेकांस चिकटलेल्या. पुंकेसर पाच, तळास पाकळ्यांना चिकटलेले. बीजांडकोश दोन ते चार कप्पी. परागवाहिनी एक. परागधारिणी दोन, गोलाकार.

फळे बोंडवर्गीय, दोन ते चार भागात फुटणारी. फळे मोठ्या आकाराच्या केसाळ पुष्पकोशांनी झाकलेली. बिया चार, काळसर, गुळगुळीत. या वनस्पतीला नोव्हेंबर ते एप्रिल या कालावधीत फुले, फळे येतात.

औषधी गुणधर्म

नावूळी ही वनस्पती शीतल, वेदनास्थापक व मूत्रजनक गुणधर्माची आहे. मूत्रकृच्छ, मूत्राघात व परमा या विकारात नावूळीच्या पानांचा अंगरस खडीसाखर व दुधातून देतात. डोळेदुखीत पानांचा डोळ्यावर लेप करतात. औषधात नावूळीच्या पानांचा उपयोग करतात.

नावूळीच्या कोवळ्या पानांची भाजी करतात. गुणांनी ही भाजी थंड आहे. चवीला गोड लागते. शरीरातील उष्णता कमी करण्यास ही भाजी हितावह आहे. भरपूर पाणी पिऊनही लघवीला कमी होत असेल, तर ही भाजी खावी. डोळ्यांची जळजळ या भाजीने कमी होते. ज्यांच्या शरीरात जास्त उष्णता आहे, त्यांच्यासाठी नावूळीची भाजी फारच उपयुक्त आहे.

नावूळीची भाजी : पाककृती १

साहित्य : नावूळीची कोवळी पाने, तेल, कांदा, लसूण, ओली मिरची, हळद, मीठ इत्यादी

कृती : पाने पाण्याने स्वच्छ धुऊन घ्यावीत, बारीक चिरून घ्यावीत. कढईत तेल घालून त्यामध्ये चिरलेला कांदा व मिरची तसेच लसूण, हळद टाकून चांगले तेलात भाजून घ्यावे. नंतर त्यात चिरलेली भाजी घालावी. सर्व मिश्रण चांगले परतून घ्यावे व भाजी वाफवून शिजवून घ्यावी.

नावूळीची भाजी : पाककृती २

साहित्य : नावूळीची कोवळी पाने, लसूण, ओली मिरची, मीठ, शिजवलेली मूगडाळ, तेल, मोहरी, हिंग, हळद इत्यादी

कृती : पाने स्वच्छ धुऊन चिरावीत. लसूण पाकळ्या, ओल्या मिरच्या चिरून घ्याव्या. तेलाच्या फोडणीत मोहरी, हळद, लसूण, मिरच्या, हिंग घालून परतावे. थोड्या वेळाने चिरलेली भाजी व मूगडाळ घालावी. नंतर मीठ घालून भाजी व्यवस्थित परतून घ्यावी. मंद गॅसवर भाजी वाफवून घ्यावी. मूगडाळीऐवजी तूरडाळ घालूनही चव छान येते. आवडत असल्यास फोडणीत चिरलेला कांदा घालावा.

नेपती

शास्त्रीय नाव	:	*Capparis decidua* (कॅपेरिस डेसिड्युआ)
कुळ	:	Cappariaceae (कॅपेरिसी)
इंग्लिश नावे	:	Bare Capper (बेअर कॅपर), Capper berry (कॅपर बेरी)
स्थानिक नावे	:	नेपाती, नापाती, नेपटी, करील,
हिंदी नावे	:	करील, करेल.
गुजराथी नावे	:	केरडो, केर
संस्कृत नावे	:	करीर, ग्रंथील

नेपतीचे लहान, मध्यम आकाराचे वृक्ष किंवा झुडुपे भारतात महाराष्ट्र, कर्नाटक, तामिळनाडू, ओरिसा, गुजरात, पंजाब, राजस्थान या राज्यांतील काटेरी जंगलात आढळतात. ही वनस्पती कमी पावसाच्या प्रदेशात, ओसाड खडकाळ जमिनीवर, रानात, नाल्यांच्या काठांवर, कोरड्या, काटेरी-खुरट्या जंगलात सर्वत्र आढळतात. नेपतीचे लहान, झाळकट, काटेरी वृक्ष असतात किंवा मोठी झुडुपे असतात.

खोडावरील साल भेगाळलेली. फांद्या अनेक, बारीक, काटेरी, हिरव्या, गुळगुळीत, वेड्यावाकड्या, काही फांद्या खाली झुकणाऱ्या. खोडावरील प्रत्येक पेऱ्यावर दोन टोकदार नारिंगी - पिवळसर रंगाचे काटे. पाने फक्त पावसाळ्यातच कोवळ्या फांद्यांवर येतात व थोड्याच दिवसात गळून पडतात. पाने साधी, एका आड एक, १.०० ते १.२ सें.मी. लांब, ०.५ ते ०.७ सें.मी. रुंद, लांबट, टोकदार. पानांचा देठ अगदी आखूड किंवा पाने देठविरहीत. फुले अनियमित, द्विलिंगी, लाल भगव्या रंगाची. अनेक फुलांचे लहान आकाराचे गुच्छ लहान फांद्यांवर येतात. पुष्पकोश दले चार, अनियमित, एक दल आकाराने मोठे, नागफडीप्रमाणे दिसणारे, लोमश. पाकळ्या चार, अनियमित आकाराच्या. पुंकेसर सुमारे १५, केसरतंतू असमान लांबीचे, लालसर-भगव्या रंगाचे. बीजांडकोश लांब देठावर, केसरतंतूपेक्षा किंचित लांब. बीजांडकोश दोन कप्पी. परागवाहिनी आखूड. फळे गोल आकाराची, बोराच्या आकाराएवढी, तांबूस-लालसर. बिया १० ते १२, गरामध्ये लगडलेल्या. नेपती या वनस्पतीला नोव्हेंबर ते एप्रिल या कालावधीत फुले येतात, तर एप्रिल-मे महिन्यात फळे येतात.

औषधी गुणधर्म

नेपतीची कोवळी पाने, फुलांच्या कळ्या, फळे व साल औषधात वापरतात. पाने तिखट गुणांची आहेत. कोवळी पाने व फुलांच्या कळ्या वेदनास्थापक आहेत तर फळे संग्राहक आहेत. साल कडू असते.

नेपतीची कोवळी पाने व फुलांच्या कळ्या दातदुखी कमी होण्यासाठी वापरतात. ही चिकित्सा अत्यंत गुणकारी आहे. सांध्याची सूज, व्रणशोथ आणि गळवे यांवर नेपतीची कोवळी पाने व फुलांच्या कळ्या वाटून बांधतात. व्रणशोथात नेपतीची साल वापरतात. या वनस्पतीच्या फळांमध्ये मधुमेह कमी करण्याचे गुणधर्म अलीकडील संशोधनातून दिसून आले आहेत, तसेच नेपतीच्या फळांमध्ये 'अँटिऑक्सिडंट्स' गुणधर्म ही आढळून आले आहेत. नेपतीच्या फुलांच्या कळ्या व कच्ची फळे भाजी व लोणचे करण्यासाठी वापरतात. अतिसारात व जीर्ण आवेत फळांचे लोणचे देतात, यामुळे चांगला गुण येतो. सांधेदुखी असणाऱ्या रुग्णांनी नेपतीच्या फुलांच्या कळ्यांपासून तयार केलेली भाजी खावी, यामुळे चांगला गुण येतो. मधुमेही रुग्णांसाठी कच्च्या फळांची भाजी उपयुक्त आहे. आपल्या शरीरातील पेशींमध्ये जी चयापचयाची क्रिया होते, त्यातून शरीरात घातक विषद्रव्ये तयार होतात, त्यांना 'ऑक्सिडंट्स' म्हणतात. त्यांचा पेशींवर हळूहळू परिणाम होऊन पेशींचे कार्य कमी होऊ लागते. परिणामी, थकवा, अशक्तपणा, अकाली वृद्धत्व ही लक्षणे दिसू लागतात. हे टाळण्यासाठी नेपतीच्या कच्च्या फळांची भाजी उपयुक्त आहे.

नेपतीच्या कच्च्या फळांचे व कळ्यांचे लोणचे

साहित्य : नेपतीची कच्ची फळे/फुलांच्या कळ्या, हिंग, मीठ, हळद, मिरेपूड, मेथी पावडर, तेल, मोहरी डाळ, मिरची पूड, लोणच्याचा मसाला इत्यादी

कृती : फळे/फुलांच्या कळ्या स्वच्छ धुऊन घ्यावीत. प्रत्येक फळाच्या चिरून दोन फोडी कराव्यात. नंतर फोडींना/कळ्यांना मीठ लावावे. तेल गरम करून त्यात मोहरी डाळ, मिरची पावडर, मिरेपूड, हिंग पावडर, मेथी पावडर, हळद टाकून फोडणी करावी. फोडणी थंड झाल्यानंतर मीठ लावलेल्या फळांच्या फोडींवर / कळ्यांवर ओतावे व सर्व मिश्रण चांगले परतून घ्यावे. आवश्यक वाटल्यास लोणच्याचा मसाला वापरावा. नंतर हे सर्व बरणीत भरून झाकण लावून, हवाबंद करून काही दिवस ठेवावे व नंतर मुरलेल्या लोणच्याचा वापर करावा.

नेपतीच्या कच्च्या फळांची भाजी

साहित्य : कच्ची हिरवी फळे, तेल, तिखट, मीठ, हळद, कांदा, ओले खोबरे किसून, तीळ, खसखस इत्यादी.

कृती : फळे धुऊन, चिरून घ्यावीत. तीळ, खसखस भाजून घ्यावेत, ओले खोबरे किसून घ्यावे. तीळ, खसखस, खोबरे, लसूण, आले मिक्सरमध्ये बारीक करून ओला मसाला तयार करावा. चिरलेला कांदा तेलात भाजून घ्यावा व त्यामध्ये चिरलेल्या फळांचे तुकडे घालावेत. नंतर हळद, तिखट, मीठ घालून भाजी परतून घ्यावी. थोड्या वेळाने ओला मसाला घालून सर्व मिश्रण चांगले परतून घ्यावे व भाजी चांगली शिजवून घ्यावी.

(अशाच पद्धतीने नेपतीच्या फुलांचीही भाजी करता येते.)

पाथरी

शास्त्रीय नाव	:	*Launaea procumbens* (लावनिया प्रोक्युमबन्स)
कुळ	:	Asteraceae (ॲस्टरेसी)
स्थानिक नावे	:	पाथर
हिंदी नाव	:	पातरी
गुजराती नाव	:	भोपार्थी
संस्कृत नाव	:	गोलामिका

पाथरी ही रोपवर्गीय वनस्पती सर्वत्र, शेतात तण म्हणून वाढलेली आढळते. ही वनस्पती भारतातील सर्व पठारी प्रदेशात सावलीत, रेताड जमिनीत उगवते. पाथरी सुमारे ६० ते १७० सें.मी. उंच वाढते. या वनस्पतीला जमिनीलगत अनेक पाने गोलाकार गुच्छात येतात. पानांची लांबी १० ते ३० सें.मी. तर रुंदी १५ ते २० सें.मी. असते. मुळे व पाने थोडथोड्या अंतरावर असतात. पाने एकवट गुच्छाने येतात. पाने लांबट विण्याच्या आकाराची असून त्यांची कडा जरा नागमोडीसारखी असते व त्यावर पांढरट दातेरी खाचा असतात. पाने देठरहित असून थोडीशी जाडसर असतात. पाथरीचे मूळ मांसल १५ ते २० सें.मी. लांब, थोडेसे जाड असते. मूळ ताजे असताना हे पिवळट-पांढरे असते.

पसरट पानांच्या मध्यातून लहान, नाजूक खोड तयार होते. खोडावर पाने साधी, एकाआड एक. खोडावरील पाने पेरास अर्धा विळखा घालतात. खोडाच्या शेंड्याजवळ फुलांचे गोंडे तयार होतात, ते १२ ते १४ मि.मी.लांब असतात. फुले पिवळसर, द्विलिंगी व नियमित. संदले पाच, संपिच्छरूप. प्रदले पाकळ्या पाच. प्रदलमंडळ नळीच्या आकाराचे असते. पुंकेसर पाच. एकमेकास चिकटलेले. बीजांडकोश लंबगोलाकार द्विभागी, एक कप्पी. बीजांड एक. परागवाहिनी एक. परागधारिणी द्विविभागी. फळात संपिच्छ झालेली संदले असून ती सर्व पांढरी असतात, त्यांच्या मदतीने फळे वाऱ्याबरोबर उडून प्रसारित होतात. पाथरीच्या पानांत व खोडात पांढरा दुधी द्रव्य असतो. पाथरीला नोव्हेंबर-डिसेंबर महिन्यांत फुले येतात. ही वनस्पती बियांमार्फत वेगाने फैलावते.

औषधी गुणधर्म

पाथरी कडू, शीतल, स्नेहन, ग्राही व स्तन्यजनन गुणांची आहे. संपूर्ण वनस्पती (पंचांग) औषधात वापरतात. पाथरीचा अंगरस जेष्ठमधाबरोबर दिल्यास बाळंतिणीचे दूध वाढते. हे चाटण कोरड्या

खोकल्यातही उपयोगी पडते. जनावरांना पाथरी चारा म्हणून वापरल्यास दूध वाढते.

पाथरीच्या पानांची भाजी करतात. पाथरीची भाजीही औषधी गुणधर्माची आहे. या भाजीचा उपयोग जुन्या त्वचारोगात होतो. याने पचन सुधारते, म्हणून पाथरीची भाजी कुपचनात देतात. कावीळ व यकृत विकारात ही भाजी फार हितावह आहे. या भाजीच्या सेवनाने बाळंतीण स्त्रियांमध्ये दूध वाढण्यास मदत होते. ही भाजी थंड पण थोडी कडवट आहे. या भाजीने पित्ताचा त्रास कमी होतो.

पाथरीची सुकी भाजी

साहित्य : पाथरीची पाने, कांदा, लसूण, तिखट, मीठ, तेल, शेंगदाणा कूट, डाळीचे पीठ इत्यादी

कृती : पाथरीची पाने स्वच्छ धुऊन चिरून घ्यावी. पातेल्यात पाणी घेऊन त्यात पाने उकडावी. पाणी गार झाल्यानंतर पाने पिळून पाणी टाकून घ्यावे. तेलात कांदा परतून घ्यावा. नंतर त्यात वाटलेला लसूण, तिखट, दाण्याचे कूट व भाजी घालावी व चांगले परतून घ्यावे. नंतर गरजेपुरते मीठ घालावे. आवश्यकता वाटल्यास थोडे पाणी घालून भाजी परतवून वाफेवर शिजवावी. दाण्याच्या कुटाऐवजी डाळीचे पीठ लावूनही भाजी तयार करता येते.

पाथरीची पातळ भाजी

साहित्य : पाथरीची चिरलेली भाजी, ताक, मीठ, हिरवी मिरची, लाल मिरची, साखर, चणाडाळ, शेंगदाणे, बेसन, तेल, मेथी, मोहरी, हिंग, हळद, जिरे इत्यादी

कृती : पाथरीची चिरलेली भाजी उकडून घ्यावी व पाणी टाकून घ्यावे. डाळ, दाणे शिजवून तासाभराने दाणे, डाळ वेगवेगळे शिजवावे. पाथरीची भाजी शिजवून घोटून घ्यावी. तेव्हाच मीठ, साखर, बेसन व ताक घालून एकजीव करावे. डाळ, दाणे घालावे. फोडणीत दोन्ही मिरच्या व इतर साहित्य घालून त्यात एकजीव केलेली भाजी ओतावी व ढवळत राहून उकळावे. ताकाऐवजी चिंचेचा कोळ व गुळ घालूनही भाजी करता येईल. नारळाचे दूध व थोडा चिंचेचा कोळ घालूनही भाजी छान होते.

पानांचा ओवा

शास्त्रीय नाव : *Pletrathus amboinicus* (प्लिकट्रॅन्थस अॅमबोईनिकस)

कुळ : Lamiaceae (लॅमियेसी)

इंग्लिश नावे : Aromatic Coleus (अॅरोमेटीक कोलियस)
Country borage (कन्ट्री बोरेज)

स्थानिक नावे : पांढरा कुडा, सफेद कुडा

हिंदी नाव : पाथरचुर

गुजराती नाव : पातेरचुर

या वनस्पतीचे नाव 'पानांचा ओवा' असे आहे, कारण पानांना ओव्यासारखा वास आहे मात्र, ही ओव्याच्या कुळातील नाही, ही 'लॅमियेसी' म्हणजेच तुळशीच्या कुळातील आहे. या वनस्पतीची बागेत लागवड करतात. ही अगदी जलद वाढते. सुमारे दोन ते तीन फुटांपर्यंत वाढणारी ही बहुवार्षिक रोपवर्गीय वनस्पती आहे. खोड चौकोनी, हिरवे, साधारण केसाळ किंवा लवयुक्त. पाने साधी, समोरासमोर, जाड व मांसल, पाने लंबगोलाकार ३ ते ६ सें.मी. लांब, २.५ ते ४.५ सें.मी. रुंद, टोक गोलाकार, ग्रंथी युक्त, कडा दातेरी, खालील बाजू लवयुक्त.

फुले लहान, निळसर, अनियमित, द्विलिंगी, फांद्यांच्या टोकास संयुक्त पुष्पमंजिरीत येतात. पुष्पकोश पाच संयुक्त दलांनी बनलेला, अनियमित, द्विओठी. पाकळ्या पाच, एकमेकास चिकटलेल्या, अनियमित, द्विओठी, पुष्पनळी लहान. चार पुंकेसर, दोन लांब, दोन आखूड, तळाशी पाकळ्यांना चिकटलेले. बीजांडकोष दोन ते चार कप्पी. फळे लहान, चार विभागी, पुष्पकोषांनी झाकलेली. बिया चार, काळसर, गोलाकार चपट्या. ऑगस्ट ते नोव्हेंबर महिन्यांत या वनस्पतीला फुले, फळे येतात.

औषधी गुणधर्म

पानांचा ओवा ही वनस्पती औषधी आहे. पानांचा औषधात वापर करतात. पानांची रुची सुगंधी, तिखट, वास सुवासिक, मनोहारी. पेयजलांना सुवासिक वास येण्यासाठी पानांचा उपयोग करतात. या वनस्पतीचा गुरांसाठीही औषध म्हणून वापर करतात. पानाचा ओवा ही वनस्पती सुगंधी व वायुनाशी आहे. पोटातील वायू कमी करण्यासाठी पानांचा रस पाच - सहा थेंब साखरेबरोबर देतात. अपचन, कुपचन, पोटदुखी, पोटशूळ यामध्ये एखाद-दुसरे पान दिल्यास त्वरित गुण येतो. लहान मुलांसाठी हे औषध जास्त गुणकारी आहे.

दमा, जुनाट खोकला, फेपरे इत्यादी संकोचविकासप्रधान रोगांत या वनस्पतीचा उपयोग करतात. नेत्राभिष्यन्दांत पापण्यांवर पानांचा रस लावतात. कीटकदंशावर पानांचा रस त्त्वचेवर चोळतात.

पाने जाड, मांसल असून याची आपल्याकडे भाजी करून खाल्ली जातात. पानांची भाजीही करतात. पाने ओव्याप्रमाणेच चवीला तिखट, गुणधर्माने उष्ण व पचावयास हलकी आहेत. या वनस्पतीची पाने खाल्ल्याने भूक चांगली लागते व खाल्लेले अन्न पचावयास मदत होते. शरीरात वाढलेले वात व कफ कमी होण्यास या भाजीचा चांगला उपयोग होतो. विशेषतः अन्नवह स्रोतावर ही भाजी उपयुक्त आहे. भूक न लागणे, पोट गच्च होणे, गॅसेसचा त्रास, पोट साफ न होणे, पोटात वरचेवर कळा येणे अशा तक्रारींवर या वनस्पतीची भाजी नेहमी आहारात असावी. या वनस्पतीची पाने पाचक असतात. छातीतील जळजळ व मूत्रपिंडातील दोष दूर करतात. जंत झाल्यास पानांचा रस देतात.

पानांचा ओव्याची भाजी

साहित्य : पानांचा ओवा या वनस्पतीची पाने, बारीक चिरलेला कांदा, चिरलेल्या मिरच्या, लसूण पाकळ्या, तेल, मोहरी, मीठ, हळद इत्यादी

कृती : पाने स्वच्छ धुऊन घ्यावीत, देठे काढून टाकावी. पाने बारीक चिरून घ्यावी. कढईमध्ये तेल गरम करून फोडणी करावी. त्यात चिरलेला कांदा, मिरच्या, लसूण घालून परतावे. नंतर चिरलेली पाने घालून परतावे. झाकण घालून वाफेवरच शिजवावे. भाजी शिजली की नंतर हळद व मीठ घालावे. भाजी पुन्हा एकदा ढवळावी व तयार झालेली भाजी गरमच वाढावी. भाजी फार चविष्ट लागते.

पानांचा ओव्याची भजी

साहित्य : पाने, हरभरा डाळीचे पीठ, तिखट, मीठ, हिंग, खाण्याचा सोडा, हळद, तेल, तांदळाचे, ज्वारीचे किंवा गव्हाचे पीठ, इत्यादी

कृती : पानांचा ओवा या वनस्पतीची पाने स्वच्छ धुऊन घ्यावीत. देठे काढावीत. हरभऱ्याच्या डाळीचे पीठ (बेसन) घ्यावे. त्यात तिखट, मीठ, हिंग, हळद घालावे. कडकडीत तेलाचे मोहन घालावे व पाणी घालून फार घट्ट नाही, फार पातळ नाही असे पीठ भिजवावे. थोडा खाण्याचा सोडा घालून पीठ नीट फेसून घ्यावे. नंतर या पिठात पाने घालून भजी तेलात तळून घ्यावी. भजी कुरकुरीत होण्यासाठी त्यात थोडे तांदळाचे, ज्वारीचे किंवा गव्हाचे पीठ घालावे. भजी गरम असतानाच खावी.

खोड कलम पद्धतीने या वनस्पतीची लागवड कुंडीत सहजपणे करता येते. या वनस्पतीची पाने तुकडे करून इतर भाज्यांमध्ये घातल्यास ओव्याचा वास भाजीस येतो व भाजीचा स्वादच बदलून जातो.

पिंपळ

शास्त्रीय नाव : *Ficus religiosa* (फायकस रिलीजीओसा)

कुळ : Moraceae (मोरेसी)

इंग्लिश नाव : Piple Tree (पिपल ट्री)

हिंदी नाव : पीपल

गुजराथी नावे : पीपलो, पीपेर्स

संस्कृत नावे : अश्वत्थ, पिप्पल, बोधिदृम

पिंपळाचे मोठाले वृक्ष मध्य भारत, पश्चिम बंगाल व हिमालयाच्या पायथ्याशी असणाऱ्या भूप्रदेशातील जंगलात आढळतात. जगभरात व भारतात पिंपळ वृक्षाची सर्वत्र लागवड करतात. पिंपळाचे वृक्ष ६० फुटांपेक्षाही उंच वाढतात. खोडाचा घेरही मोठा असतो. खोड राखट रंगाचे, फांद्या अनेक, पसरणाऱ्या. पाने साधी, एकाआड एक, रुंद, हृदयाच्या आकाराची, १० ते १८ सें.मी. लांब व ९ ते ११ सें.मी. रुंद, तळाकडे गोलाकार व रुंद, वरील टोक अरुंद व ७ ते ८ सें.मी. लांब. पानांवर ५ ते ७ स्पष्ट शिरा. पानांचे देठ ७ ते ८ सें.मी. लांब.

फुले सूक्ष्म, चषकरूप गोलाकार गुच्छात. हे पुष्पमंजिरी गुच्छ पानांच्या बेचक्यातून जोडीने तयार होतात. पुष्पमंजिरी गुच्छ ०.५ सें.मी. रुंद, पिकल्यानंतर गडद निळसर रंगाची. फुले एकलिंगी, गोलाकार गुच्छाच्या सभोवताली तयार होतात. मध्यभागी गोलाकार पोकळी असते. फुले देठविरहित, तीन प्रकारची असतात. नरफुले टोकाकडे वरील बाजूस, तर मादी फुले तळाकडील बाजूस असतात. नर व मादी फुलांच्या मध्ये वांझ फुले असतात. गोलाकार पुष्पमंजिरीच्या वरील टोकाजवळ लहान छिद्र असते, या छिद्रातून परागीभवन करणारे लहान कीटक आत गोलाकार पुष्पमंजिरीत येतात. नर फुलांमध्ये पुष्पमुकुट तीन दलांचा.

पुंकेसर एक, लहान, परागकोशाचा. वांझ फुलांमध्ये पुंकेसर व बीजांडकोश नसतात. मादी फुलांत पुष्पमुकुट पाच दलांचा. बीजांडकोश दोन कप्पी, बिजांड एक. परागवाहिनी एक, परागधारिणी द्विशाखी. फळे लहान बोरांएवढी, गोलाकार, काळपट. बिया अनेक, लहान सूक्ष्म. मे ते जुलै या कालावधीत फळे पिकतात.

औषधी गुणधर्म

पिंपळाची साल, सालीची राख, कोवळी व सुकी पाने, फळे व बिया औषधात वापरतात. पिंपळाची साल, स्तंभक, रक्तसंग्राहिक व पौष्टिक आहे. पाने आनुलोमिक, रेचन व स्तंभक गुणधर्माची आहेत. फळे पाचक, आनुलोमिक, संकोचविकास प्रतिबंधक व रक्तशुद्धी करणारी आहेत.

कोवळी पाने दुधात उकडून परम्यात देतात. त्याने शौचास साफ होते व आग कमी होते. कोवळी पाने व बोळ मधातून रक्तसांकळ फांकण्यास देतात. पिकलेले पान विड्याच्या पानांतून काविळीत देतात. सालीची राख पाण्यात कालवून ते पाणी निवळल्यानंतर उचकी व उलटी बंद होण्यास देतात. सालीच्या राखेने चट्टे लवकर भरून येतात. साल परम्यात देतात. सालीचा फांट त्वचारोगात देतात. शोथ बसण्यास सालीचा लेप करतात. पिंपळ, वड, उंबर, पायर आणि निंब सालींचा काढा व्रण धुण्यास व धुपणीत वापरतात; यामुळे सूज उतरते, चट्टे व व्रण यांचे संकोचन होते. मुळाची साल मधात घासून मुलांच्या मुखरोगात व व्रणावर लावतात. भगंदरात सालीचे चूर्ण भरतात. ही वनस्पती योनिगर्भाशयाच्या रोगात, पित्तप्रकोपात उपयुक्त आहे. कोवळी अंतर्साल अस्थिभंगावर उपयोगी आहे. अधिक मूत्रस्त्रावात कटिशूल, व्रणशोथ आणि मानेच्या ग्रंथीसुजण्यावर बिया उपयुक्त आहेत. पिंपळाचे फळ मृदू - रेचक, कामोत्तेजक व वांती रोधक आहे. दात, हिरड्या टणक बनण्यासाठी कोवळी पाने चावून खातात. एप्रिल महिन्याच्या सुरुवातीस पिंपळ वृक्षास नवीन कोवळी, तांबूस रंगाची पालवी येते. ही कोवळी पाने भाजीसाठी वापरतात. फक्त १५ ते २० दिवस कोवळी पाने मिळू शकतात, नंतर पाने जून व निब्बर होतात. पिंपळाच्या पानांच्या भाजीचा उपयोग पित्तप्रकोपात, योनिगर्भाशयाच्या रोगात, त्वचारोगात, काविळीत, बद्धकोष्ठात उपचार म्हणून होतो.

पिंपळाच्या पानांची भाजी (मध्य प्रदेशातील बैगा जमातीची पाककृती)

साहित्य : पिंपळाची कोवळी पाने, चिंच, मीठ, ताक इ.

कृती : पिंपळाची कोवळी पाने देठांसहित चिरून घ्यावीत, चिरलेली भाजी पाण्याने स्वच्छ धुवावी. नंतर भाजी उकडून घ्यावी व वाफवलेले पाणी टाकून द्यावे. उकडलेल्या भाजीत चिंच घालावी, चवीपुरते मीठ घालावे. थोडे पाणी घालून भाजी शिजवावी व नंतर ताक घालून भाजी मंद गॅसवर ठेवावी व पातळ भाजी तयार करावी.

पिंपळाच्या पानांची भाजी

साहित्य : पिंपळाची देठासहित कोवळी पाने, चिंच, लसूण पाकळ्या, हिरव्या मिरच्या, तेल, मीठ, टोमॅटो इत्यादी

कृती : पाने धुऊन, चिरून घ्यावीत. लसूण पाकळ्या ठेचून घ्याव्यात. हिरव्या मिरच्या चिरून घ्याव्यात. टोमॅटो बारीक चिरावा. चिरलेली पाने वाफवून घ्यावीत व पाणी टाकून द्यावे. तेलात ठेचलेली लसूण, चिरलेली हिरवी मिरची व चिरलेला टोमॅटो घालून चांगले परतावे. नंतर वाफवलेली भाजी घालावी, चिंच घालावी, चवीपुरते मीठ घालून परतावे व भाजी शिजवून घ्यावी.

पेंढर

शास्त्रीय नाव : *Tamilnadia uliginosa* (तमिलनाडीया युलिजीनोसा)
कुळ : *Rubiaceae* (रुबिएसी)
स्थानिक नावे : पेंढारी, पेंढू, पेंढूर, पांढरा, पांढरी
हिंदी नावे : पेडाळू, पिंडालू
संस्कृत नाव : गांगेरूक
गुजराती नावे : गंगेडी, गांगड

पेंढर ही वनस्पती श्रीलंका, भारत, पाकिस्तान, म्यानमार या देशांतील जंगलात आढळते. ही वनस्पती भारतात गुजरात, महाराष्ट्र, कर्नाटक, केरळ, तामिळनाडू, आसाम येथील जंगलांमध्ये प्रामुख्याने आढळते. पेंढरीची लहान झाडे महाराष्ट्रात पश्चिम घाट परिसरात तसेच कोकण, नांदेड या भागात आढळतात.

पेंढरचा लहानसा वृक्ष सुमारे २० फूट उंचीपर्यंत वाढतो. खोडाचा घेर लहान असतो. साल तांबूस-तपकिरी रंगाची, साधारण खडबडीत. फांद्या अनेक, कठीण, चारकोनी, फांद्यांच्या पेरांपासून १.४ सें.मी. लांबीचे दोन ते चार टोकदार. तीक्ष्ण काटे तयार होतात. पाने साधी, १० ते १२ सें.मी. लांब व ६ ते ७ सें.मी. रुंद. प्रत्येक पेरापासून तीन पाने तयार होतात. पाने गुळगुळीत, चकाकणारी, लंबगोल, परंतु देठाकडे निमुळती. पानांवर ६ ते ८ शिरांच्या जोड्या, पानांचे देठ आखूड. फुले पांढरी, आकर्षक, द्विलिंगी, नियमित, ३ ते ४ सें.मी. व्यासाची, सुवासिक, एकांडी, पानांच्या बेचक्यातून येतात. फुलांचे देठ अगदी आखूड.

पुष्पमुकुट पाच दलांचा, हिरवा, साधारण जाडसर. पाकळ्या पाच ते सात, एकमेकास चिकटलेल्या, पुष्पनळी आखुड, पुष्पनळीच्या मुखावर केसांचे वलय. पाकळ्या गोलाकार, जाड, बाहेरून गुळगुळीत, आतील बाजू लोमश. पुंकेसर पाच ते सात, केसरतंतुरहित. बीजांडकोश दोनकप्पी, परागवाहिनी आखूड, टोकाकडे मोठी व जाड. फळे गोलाकार-अंडाकृती लंबगोलाकार, लहान लिंबाएवढी, पेरूसारखी दिसतात. फळे पिकल्यावर पिवळी. बिया अनेक, गरात लगडलेल्या. फळे खातात. या वनस्पतीला मे-जून महिन्यात फुले येतात. त्यानंतर फळे तयार होतात.

औषधी गुणधर्म

पेंढरीचे कच्चे फळ औषधात वापरतात. पेंढरीचे पिकलेले फळ मधुर, शीतल, मूत्रजनक आहे, तर कच्चे फळ स्तंभन आहे. जुलाब, अतिसार व आवेत कच्चे फळ भाजून देतात. फळाचे फक्त टरफल व गर देतात, बिया देत नाहीत.

पेंढरीच्या कच्च्या फळांची भाजी, बिया न घेता करतात. फळांच्या टरफलांची व गराची भाजी करतात. पेंढरीची भाजी ग्राही व थंड गुणधर्माची आहे. पोटात कळ मारून जुलाब होत असल्यास, आव पडत असल्यास पेंढरीच्या कच्च्या फळांची भाजी दिल्याने लक्षणे त्वरित कमी होतात. लघवी कमी होत असल्यास, लघवीची जळजळ होत असल्यास पेंढरीच्या भाजीचा चांगला उपयोग होतो.

पेंढरीच्या भाजीची पाककृती

साहित्य : पेंढरीची कच्ची फळे, तिखट, मीठ, हळद, तेल, जिरे, मोहरी, साखर, काळ्या तिळाचे कूट इत्यादी

कृती : पेंढरीची कच्ची फळे स्वच्छ धुऊन कुकरमध्ये वाफवून घ्यावीत. नंतर उकडलेल्या बटाट्याप्रमाणे फोडी कराव्या व त्यातील बिया काढून टाकाव्या कढईत तेल तापवून जिरे - मोहरीची फोडणी करावी. मग त्यावर उकडून घेतलेल्या पेंढरीच्या फळांच्या फोडी फोडणीत घालाव्या. नंतर तिखट, मीठ, हळद, थोडी साखर व काळ्या तिळांचे कूट घालून भाजी वाफवून घ्यावी.

फणस

शास्त्रीय नाव	:	*Artocarpus heterophyllus* (ॲरटोकॅरपस हिट्रोफायलस)
कुळ	:	Moraceae (मोरेएसी)
इंग्लिश नाव	:	Jackfruit (जॅकफ्रुट)
स्थानिक नावे	:	फणसा
हिंदी नावे	:	कंथल, पनोस
संस्कृत नाव	:	कंटकिफल, अतिबृहतफल
गुजराती नाव	:	वणस

फणसाची झाडे प्रामुख्याने कोकण व पश्चिम घाटातील पावसाळी जंगलात नैसर्गिकपणे वाढतात, तर अनेक ठिकाणी फणसाच्या झाडांची लागवड करतात. फणसाचे मध्यम ते मोठ्या आकाराचे वृक्ष असतात. खोडांचा घेर मोठा, मजबूत, काळसर-राखट रंगाचे, फांद्या अनेक, पसरलेल्या. खोडा-फांद्यात पांढरा दुधी रंगाचा चीक असतो. पाने साधी, एकाआड एक. जाडसर, गडद हिरवी, सदाहरित, लंब वर्तुळाकार-अंडाकृती, ७.५ ते १४.० सें.मी. लांब, ४.५ ते ६.५ सें.मी रुंद. दोन्ही पृष्ठभाग गुळगुळीत, चकचकीत. देठ १.२ ते २.५ सें.मी. लांब. टोकांकडील पानांवर उपपर्णे, पिवळसर रंगाची, लगेच गळून पडतात. नर व मादी फुले लंबगोलाकार पुष्पमंजिरीत येतात. नर व मादी पुष्पमंजिऱ्या 'सोरोसीस' प्रकारच्या असून त्या एकाच झाडावर असतात. नर पुष्पमंजिऱ्या आकाराने लहान असून त्या प्रामुख्याने पानांच्या बेचक्यातून तयार होतात. मादी पुष्पमंजिऱ्या आकाराने बऱ्याच मोठ्या असून त्या एकाकी किंवा गुच्छाने फांद्यांवर तसेच मुख्य खोडांवर तयार होतात. फुले लहान, मोठ्या झाकलेल्या हिरव्या गडूत तयार होतात. मादी गडूच्या पृष्ठभागावर लहान भरगच्च काटेरी आवरण असते. कालांतराने मादी गडू आकाराने बरेच मोठे होतात व त्याचे फणसाच्या फळात रूपांतर होते. फळे आकाराने बरीच मोठी, लंबगोलाकार, पृष्ठभागांवर काटेरी आवरण. फळांच्या आत मादी फुलांचे गऱ्यांमध्ये रूपांतर होते. बिया अनेक, मोठ्या आकाराच्या.

औषधी गुणधर्म

फणसाची पाने, फळे, बिया औषधी गुणधर्माची आहेत. फणसाचे फळ गोड, मधुर चवीचे, पौष्टिक, वायुनाशी, कामोत्तेजक, रक्तवर्धक, शीतल, स्निग्ध, कफकर, मेदवर्धक गुणधर्माची आहेत. बिया गोड, मूत्रवर्धक, कामोत्तेजक व मलबद्धताकारक आहेत. कोवळी पाने केसतुटात शेकण्यासाठी व

जखमा कोरड्या करण्यासाठी लावतात. फणसाचे कच्चे फळ स्तंभक आहे. पिकलेले फळ सारक असून खूप पोषक आणि पचनास जड आहे. गुल्मविकारी व भूक मंद असेल त्यांनी फणस खाऊ नये. फणसाचा चीक ग्रंथींवरील सूज आणि गळू यावर बाह्य उपाय म्हणून वापरतात. अतिसारात मुळे पोटातून देतात.

कोवळे फणस, गरे, बिया (आठळ्या) भाजीसाठी वापरतात. फणसामध्ये कापा व रसाळ (बरका) अशा दोन जाती आहेत. फणसाच्या बिया दळून त्याच्या पिठाची भाकरी व आमटी बनवतात.

कच्च्या फणसाची भाजी

साहित्य : एक कच्चा फणस, तीन-चार मध्यम आकाराचे कांदे, आठ-नऊ लसणाच्या पाकळ्या, पाव इंच आले, पाव वाटी सुके खोबरे, सात-आठ सुक्या लाल मिरच्या, पन्नास ग्रॅम तीळ, अर्धा चमचा मेथीचे दाणे, दोन चमचे धण्या-जिऱ्याची पूड, दोन चमचे काळा मसाला, अर्धी वाटी कोथिंबीर, अर्ध्या वाटीपेक्षा किंचित जास्त तेल, मोहरी, हळद, चवीपुरते मीठ इत्यादी.

कृती : हाताला व विळीला गोडे तेल लावून फणस चिरावा. तीन कांदे भाजून घ्यावेत. सुके खोबरे, तीळ भाजून घ्यावेत. ग्रेव्हीसाठी मिक्सरवर तीळ-खोबरे, सुक्या मिरच्या, कांदे, लसूण, आले, धणे, जिरे, मेथी, दाणे वाटून घ्यावेत. फोडणी करून त्यावर वाटलेला मसाला परतावा. मसाल्याला तेल सुटू लागले की, त्यात चिरलेला फणस घालावा. फोडणीतच हळद घालावी. भाजीला उकळी फुटली की, काळा मसाला घालावा. भाजी चांगली शिजवून घ्यावी. भाजी शिजतानाच भरपूर कोथिंबीर त्यात घालावी म्हणजे कोथिंबिरीचा स्वाद त्यात चांगला उतरतो. चवीपुरते मीठ घालावे. भाजी काढल्यावर वरून शोभेसाठी थोडी कोथिंबीर, लिंबाच्या गोल चकत्या पसराव्या. (वऱ्हाडात बहुतेक वेळा ही भाजी रसभाजीच्या स्वरूपातच करतात. पश्चिम महाराष्ट्रात ही भाजी सुक्या भाजीच्या स्वरूपातही करतात, तेव्हा त्यात हिंग, मेथीची पूड, धण्याजिऱ्याची पूड हा मसाला वापरतात.)

कोवळ्या फणसाची भाजी

साहित्य : कोवळा फणस, भिजवलेले वाटाणे किंवा शेंगदाणे किंवा हरभरे, गोडा मसाला, तिखट, मीठ, गूळ, अर्धी वाटी ओले खोबरे, सुक्या लाल मिरच्या, आवडत असल्यास कांदा, लसूण इत्यादी

कृती : कोवळ्या फणसाचे काटे तासून टाकावे. फणसाच्या मोठ्या फोडी करून त्या कुकरमध्ये उकडून घ्याव्या. उकडलेल्या मोठ्या फोडी बारीक चिराव्या वा ठेचाव्या. भाजी चार वाट्या असल्यास, पाऊण वाटी तेलाची फोडणी करावी. हिंग थोडा जास्त टाकून त्यात भिजवलेले वाटाणे वा शेंगदाणे टाकावेत. आवडत असल्यास लसणाच्या आठ-दहा पाकळ्या व एक वाटी बारीक चिरलेला कांदा परतून घ्यावा. त्यावर उकडलेली फणसाची भाजी, मीठ, गूळ, तिखट, मसाला सर्व घालून परतावी. त्यावर ओले खोबरे घालावे. फोडणीत सुक्या लाल मिरच्यांचे तुकडे अधिक चांगले लागतात. पूस भाजी म्हणून ओळखल्या जाणाऱ्या या भाजीत सांडगी मिरचीसुद्धा चांगली लागते.

फणसाच्या गऱ्यांची भाजी

साहित्य : एक जून फणस (कापा किंवा बरका), तिखट, मसाला, मीठ, गूळ, एक-दोन लाल मिरच्या, ओले खोबरे.

कृती : फणस कापून गरे व आठळ्या सोलून घ्याव्यात. गरे फोडून त्यांचे दोन भाग करावेत. आठळ्या ठेचून त्यांची साले काढून त्या पाण्यात टाकाव्यात, खळखळून धुऊन घ्याव्यात. नंतर त्या कुकरमध्ये उकडून घ्याव्यात. आठळ्यांवर टरफले राहू देऊ नये.

थोडे जास्त तेल घेऊन फोडणी करावी. गरे फोडणीला टाकून पाण्याचा हबका मारावा. चांगले वाफवले की आठळ्या, मीठ, गूळ घालून फडक्याने पातेल्यातले गरे हासडावेत (म्हणजे वर-खाली हलवावेत). ओले खोबरे घालावे. फोडणीत लाल मिरच्यांचे तुकडे टाकावेत. ते जास्त खमंग लागतात. या भाजीला 'गोडा मसाला' व 'वेसवार' घालण्याची कोकणात पद्धत आहे.

फणसाची कढी

साहित्य : बारा ते चौदा काप्या फणसाचे गरे, वाटीभर कैरीच्या फोडी, एका नारळाचे दूध, पाव वाटी तूप, जिरे, तिखट, मीठ चवीनुसार, अर्धा चमचा हळद इत्यादी

कृती : फणसाच्या गऱ्यांतल्या आठळ्या काढून टाकाव्यात व गऱ्यांचे तुकडे करावेत. एका मोठ्या कैरीची साल काढून त्याच्या फोडी कराव्यात. आता जिरे घालून तुपाची फोडणी करावी. त्यात हळद, तिखट घालून त्यावर कैरीच्या व गऱ्याच्या फोडी टाकाव्यात. एक वाफ आल्यावर त्यात दूध घालून मिश्रण चांगले उकळून घ्यावे. फोडी शिजल्यानंतर मिश्रण चांगले घोटून घ्यावे. घट्ट झाल्यास त्यात परत थोडे दूध घालावे. चमच्याने सारखे करून घ्यावे. आचेवरून खाली उतरवावे आणि नंतर त्यात मीठ घालावे. (जर आधी मीठ घातले, तर दूध फाटून जाईल. म्हणून शेवटी मीठ घालावे, तांदळाच्या भाकरीबरोबर ही कढी खूप छान लागते.)

फणसाचे थालीपीठ

साहित्य : दीड वाटी चिरून वाफवलेला फणस, एक वाटी उकडून, किसून बटाटा, एक वाटी तांदळाचे पीठ, थोडे चना पीठ, तिखट, मीठ, मिरची-आले पेस्ट, हिंग, तेल, कोथिंबीर इत्यादी

कृती : तेल वगळता सर्व साहित्य एकत्र मळावे. नंतर तव्यावर थालीपिठे लावून तेलावर भाजून घेऊन दोन्ही बाजूंनी परतून घ्यावी.

फांजी

शास्त्रीय नाव	:	*Rivea hypocrateriformis* (रिविया हायपोक्रॅटरीफॉरमिस)
कुळ	:	Convolvulaceae कोन्वॉलव्हिलेसिई
स्थानिक नावे	:	फांद, फांज
हिंदी नाव	:	फांज
संस्कृत नाव	:	फांग
गुजराती नाव	:	फंजिका

फांजी ही वेलवर्गीय वनस्पती भारत, म्यानमार व पाकिस्तान या देशांत आढळते. महाराष्ट्रात फांजी ही वनस्पती सर्वत्र कोरड्या व दमट पर्णझडी जंगलात आढळते. या वनस्पतीची दुसरी प्रजात 'रिविया लॅवोटिका' भारत व श्रीलंका देशातील पर्णझडी जंगलात, तर महाराष्ट्रात कोकण, अहमदनगर व नांदेड भागात आढळते. मात्र, ही प्रजाती विपुल प्रमाणात आढळत नाही. या प्रजातीला ही मराठीत 'फांजी', 'फांद', 'फांज' अशीच नावे आहेत.

ही प्रजाती वेलवर्गीय नसून लहान झुडूपवर्गीय वनस्पती आहे. फांजी ही वेल किंवा झुडूपवर्गीय वनस्पती आहे. खोड गोलाकार, लाकडी. फांद्या अनेक, दुसऱ्या झाडा - झुडुपांवर पसरणाऱ्या, लोमश. पाने साधी, एकाआड एक, गोलाकार, लांबट हृदयाकृती, १.० ते ३.५ सें.मी. लांब, २ ते ४ सें.मी. रुंद, तळाकडे हृदयाकृती गोलाकार, टोकाकडे साधारण टोकदार, वरील पृष्ठभाग गुळगुळीत तर खालील पृष्ठभाग लोमश. 'लॅवोटिका' प्रजातीमध्ये पाने १० ते १३ सें.मी. लांब व ६ ते १२ सें.मी. रुंद असतात.

फुले द्विलिंगी, नियमित, पानांच्या बेचक्यातून एकांडी येतात. दुसऱ्या प्रजातीमध्ये २ ते ७ फुलांचा गुच्छ पानांच्या बेचक्यातून येतो. फुले पांढरी ६ ते ९ सें.मी. लांब, देठ १.२ ते ५ सें.मी. लांब, पुष्पकोश पाच दलांचा. पाच पाकळ्या, एकमेकास चिकटलेल्या लांबट, नरसाळेकृती. पुष्पनलिका ५ ते ८ सें.मी. लांब. पाच पुंकेसर, असमान, तळाशी पाकळ्यांना चिकटलेले. बीजांडकोश दोन कप्पी. परागवाहिनी एक. परागधारिणी दोन, ग्रंथीयुक्त. या वनस्पतीला जुलै ते सप्टेंबर या कालावधीत फुले येतात. फळे बोंडवर्गीय, गोलाकार १ ते १.२ सें.मी. व्यासांची, गडद करड्या रंगाची. बिया दोन ते चार, साधारण खडबडीत.

औषधी गुणधर्म

या वनस्पतीच्या कोवळ्या फांद्या व पाने औषधात वापरतात. अर्शरोगात फांद्या व पानांचा रस दुधसाखरेबरोबर देतात. मुलांच्या अंगावर पुरळ उठल्यास पानांचा व फांद्याचा रस चोळतात.

फांजीच्या कोवळ्या फांद्या, पाने तसेच फुलांचा भाजी करण्यासाठी वापर करतात. या भाजीमुळे शरीरातील उष्णता कमी होण्यास मदत होते.

फांजीच्या कोवळ्या फांद्या व पानांची भाजी

साहित्य : कोवळ्या फांद्या व देठांसहित पाने, चिरलेला कांदा, तेल, मीठ, हळद, हिरव्या मिरच्या, भिजवलेली मूगडाळ इत्यादी.

कृती : भाजी स्वच्छ धुऊन घ्यावी. पाने बारीक चिरून घ्यावीत. पानांचे देठ व कोवळ्या फांद्या चिरून छोटे तुकडे करावेत. कढईत तेलामध्ये कांदा लालसर होईपर्यंत परतवून घ्यावा. हिरव्या मिरचीचे तुकडे परतून घ्यावेत. नंतर चिरलेली भाजी व मूगडाळ फोडणीत परतून घ्यावी. मीठ व हळद टाकून भाजी परतून, वाफवून घ्यावी.

फांजीच्या फुलांची भाजी

साहित्य : फांजीची फुले, चिरलेला कांदा, भिजवलेली मूगडाळ, तेल, फोडणीचे साहित्य, तिखट, मीठ, भाजलेले खोबरे इत्यादी.

कृती : फुले स्वच्छ धुऊन बारीक चिरावीत. फोडणीत चिरलेला कांदा व भिजवलेली मूगडाळ चांगली परतून घ्यावी. नंतर त्यावर चिरलेली फुले टाकून परतावीत. मीठ, तिखट घालून, परतवून भाजी चांगली वाफवून घ्यावी. तयार झालेल्या भाजीवर भाजलेले खोबरे पसरावे. हीच भाजी शिजल्यानंतर वरून थोडे डाळीचे पीठ पेरून नंतर परतवूनही तयार करतात.

बांबू

शास्त्रीय नाव	:	*Bambusa arundinacea* (बेम्बूसा एरुन्डिनेशिया)
कुळ	:	*Poceae* (पोएसी)
इंग्लिश नाव	:	Spiny Thorny Bamboo (स्पाईनी थॉनी बाम्बू)
स्थानिक नावे	:	कासेट, काष्ठी, कळक
संस्कृत नावे	:	वंश, शतपर्वा, तृणध्वज
हिंदी नाव	:	बांस
गुजराती नाव	:	वाब्स

बांबू ही वनस्पती गवताच्या कुळातील असून तिचे आयुष्य शंभर वर्षे आहे. बांबू ही वनस्पती तिच्या आपल्या जीवनक्रमात शंभर वर्षांनंतर एकदाच फुले-फळे देतो व नंतर पूर्णपणे वाळून जातो. भारतात गुजरात, महाराष्ट्र, कर्नाटक, केरळच्या जंगलात बांबू नैसर्गिकपणे वाढतो. काही ठिकाणी या वनस्पतीची लागवडही करतात. गवा व हत्ती हे वन्य प्राणी बांबूची पाने अगदी आवडीने खातात हे त्यांचे मुख्य खाद्य आहे.

महाराष्ट्रात ही वनस्पती प्रामुख्याने, कोकण व पश्चिम घाट परिसरात तसेच खानदेश व विदर्भात आढळते. बांबूचे बहुवर्षायू सरळसोट वाढणारे उंच वृक्ष, समूहाने वाढतात; त्यांची बने किंवा बेटे तयार होतात. ओढ्यांच्या व नद्यांच्या काठांवर बांबू वाढतात. बांबूचे खोड २० ते ३० मीटर उंच वाढते, त्यांना फांद्या नसतात. खोडांवर पेरे असतात. पेरे अनेक असून दोन पेरांच्या मधील भाग पोकळ असतो. पाने साधी, एकाआड एक, १७ ते २० सें.मी. लांब, २.२ ते २.५ सें.मी. रुंद, लांबट भाल्यासारखी, टोकांकडे निमुळती, टोकदार तर तळाशी गोलाकार असून, पाने खरबरीत असतात. फुले लहान, असंख्य, साधी, एकलिंगी असून फुलांचे अनेक घोस, बहुशाखीय लांब पुष्पमंजिरीत येतात. फुलांचा समूह १.२ ते २.५ सें.मी. लांब व ०.५ सें.मी. रुंद व लांबट, दोन्हीकडे निमुळता असतो.

समूहात प्रत्येकी दोन लहान फुले असतात. फुलांना पाकळ्या नसतात. तीन पुंकेसर, लांब. बीजांडकोश एक कप्पी, दोन परागधारिणी, केसाळ. फळे लहान, मध्यभागी साधारण फुगीर, दोन्ही टोकांकडे निमुळती. फळधारणेनंतर बांबूचे आयुष्यमान संपते व बांबू वाळून जातो. बांबूच्या बियांना 'वेणूज' म्हणतात. बांबू या वनस्पतीमध्ये नर व मादी फुले वेगवेगळ्या वृक्षांवर येतात.

स्त्री जातीच्या बांबूमध्ये, बांबू पक्व होऊ लागल्यानंतर त्यांच्या खोडांच्या पेरात घनस्राव जमा

होऊ लागतो, त्यास 'वंशलोचन' म्हणतात. हे दम्यावरील उत्तम औषध आहे. वंशलोचन बाजारात भेसळ करून विकतात, त्यामध्ये चुन्याचे खडे मिसळतात.

औषधी गुणधर्म

बांबू इमारतीसाठी तसेच कागद तयार करण्यास उपयुक्त आहेच, हे सगळेच जाणतात; पण बांबूचे औषधी गुणधर्म बऱ्याच जणांना माहिती नसतात. बांबूचे मूळ, पाने, बिया, कोवळ्या खोडाचे कोंब व वंशलोचन औषधात वापरतात. बांबू खोडांच्या पेऱ्यात तयार होणारे वंशलोचन थंड, पौष्टिक आणि कामोत्तेजक म्हणून वापरतात. हे कफ, क्षय आणि दम्यात अत्यंत उपयोगी आहे. हे उत्तेजक व ज्वरशामक म्हणूनही गुणकारी आहे. याने कफरोगातील त्वचेचा दाह कमी होतो व कफातून रक्त पडत असल्यास ते बंद होते.

बांबूच्या मुळांचा रस भाववर्धक आहे. त्याची साल पुरळ बरे होण्यासाठी उपयुक्त आहे. बांबूचे बी रूक्षोष्ण असून स्थूलांसाठी आणि मधुमेहींच्या आहारात उपयुक्त आहे. बिया कामोत्तेजक व संसर्गरक्षक म्हणूनही उपयोगी आहेत. बांबूच्या कोवळ्या कोंबाचा किंवा कोवळ्या पानांचा काढा गर्भाशयाचे संकोचन होण्यासाठी बाळंतपणात देतात, यामुळे रजस्त्राव नियमित होतो. गुरांना अतिसारात बांबूची पाने व काळी मिरी मिठाबरोबर देतात.

बांबूच्या कोंबापासून बनवलेले पोटीस, व्रणातील किडे काढण्यासाठी वापरतात. कोवळ्या कोंबापासून तयार केलेले लोणचे व कढी अपचनात उपयुक्त आहे, यामुळे भूक व पचनशक्ती वाढते. कोवळे कोंब कुटून सांधेसुजीत बांधतात. कोवळी पाने दालचिनीबरोबर वाटून कफातून रक्त पडत असल्यास देतात.

बांबूच्या कोवळ्या खोडांच्या कोंबाची भाजी करतात. अगदी मांसल, मऊ कोंब भाजीसाठी वापरतात. बाळंतपणात नाळ पडून गेल्यानंतर गर्भाशयाची पूर्ण शुद्धी होण्यासाठी ही भाजी बाळंतिणीला देतात. तसेच मासिक पाळी दरम्यान स्त्राव कमी होत असल्यास ही भाजी देतात.

बांबूच्या कोंबाची भाजी : पाककृती १

पावसाळ्यात नवीन बांबू रुजून जमिनीतून वर येतात, तेव्हा ते कोवळे असतात. हेच कोंब भाजी करण्यासाठी योग्य असतात. हे कोंब सोलून त्यावरील टणक आवरणे काढून टाकावीत. आपले नख खुपसता येईल, असा आतला कोवळा भाग काढून घ्यावा, तो पाण्याने धुवावा व बारीक चिरून मिठाच्या पाण्यात ठेवावा. त्याला असणारा उग्र वास यामुळे कमी होतो व तो मऊदेखील होतो. यासाठी आदल्या रात्री कोंब चिरून ठेवून, दुसऱ्या दिवशी भाजी करावी.

साहित्य : चिरलेला कोंब, कांदा, भिजवलेली मसूर डाळ किंवा हरबराडाळ, तिखट, ओले खोबरे, तेल, हळद, मीठ, मोहरी, हिंग इत्यादी

कृती : चिरलेले कोंब कुकरमध्ये तीन ते चार शिट्ट्या घेऊन शिजवून घ्यावे. भांड्यात तेल तापवून मोहरी, हिंग घालून फोडणी करावी, त्यावर चिरलेला कांदा परतावा. मग शिजवून घेतलेले कोंब व भिजवलेली डाळ घालावी. हळद, तिखट, मीठ घालून चांगले परतावे व भाजी वाफवून शिजवावी. वरुन किसलेले ओले खोबरे पसरावे व सुकी भाजी बनवावी.

पातळ भाजी करायची असेल तर भाजीत थोडे पाणी घालावे व ओले खोबरे बारीक वाटून घालावे. बांबू ही खूपच तंतुमय वनस्पती आहे, शिवाय ती क्षारयुक्तही आहे, यामुळे या भाजीतील तंतू व क्षार शरीराला मिळतात.

बांबूच्या कोंबाची भाजी : पाककृती २

साहित्य : बांबूचे कोवळे कोंब, भिजवलेली हरबरा डाळ, गोडा मसाला, तिखट, मीठ, गूळ, ओले खोबरे, दूध, तेल, फोडणीचे साहित्य इत्यादी

कृती : बांबूचे कोंब सोलून घ्यावेत. कोंब किसणीवर किसावा. थोडा वेळ तो पाण्यात टाकावा. नंतर कीस चांगला वाफवून घ्यावा. फोडणी करून घ्यावी. भिजवलेली डाळ फोडणीत परतून घ्यावी. त्यावर वाफवलेला कीस, तिखट, मीठ, गोडा मसाला, गूळ घालून भाजी शिजवावी. शिजवताना भाजीत पाणी घालू नये, दूध घालावे. ही अतिशय चविष्ट अशी भाजी आहे.

भारंगी

शास्त्रीय नाव : *Clerodendrum serratum* (क्लेरोडेंड्रम सिरेटम)
कुळ : Verbenaceae (व्हर्बेनेएसी)
स्थानिक नाव : भारंग
हिंदी नाव : भारंगी
गुजराती नाव : भारंगी
संस्कृत नावे : भार्ली, भूमिजम्बू, कासघ्नी

भारंगीचे बहुवार्षिक झुडुप तीन ते पाच फुटांपर्यंत उंच वाढते. फांद्या चौकोनी, पाने साधी, समोरासमोर किंवा तीन पाने मंडलामध्ये, १० ते १५ सें.मी. लांब, ५ ते ८ सें.मी. रुंद, लंबवर्तुळाकार, दोन्ही टोकांकडे निमुळती, टोकदार कडा कातरलेल्या. देठ लहान. फुले निळसर-पांढरी, फांदीच्या टोकांवर, मोठ्या पुष्पसंभारात. पुष्पकोश पाच दलांनी बनलेला, दले एकमेकांस चिकटलेली, ओष्ठाकृती, पुष्पमुकुटनळी केसाळ. पाकळ्या निळसर-पांढऱ्या, पण खालचा ओठ गर्द निळा, बोटीच्या आकाराचा, त्यावर दोन लांबट पांढरट-हिरव्या ग्रंथी. पुंकेसर ४, दोन लांब व दोन खुजे. केसरतंतू वाकलेले, तळाशी केसाळ, खाली पाकळ्यांना चिकटलेले. बीजांडकोश दोन ते चार कप्प्यांनी बनलेला. परागवाहिनी टोकाकडे वाकलेली, परागधारिणी दुभागलेली. फळे गोल, चकचकीत, चार गोलाकार भागात विभागलेली, पिकलेली फळे काळसर-जांभळी. बिया २ ते ४, मांसल, काळसर रंगाच्या.

भारंगीचे शास्त्रीय नाव क्लेरोडेंड्रम सिरेटम. भारंगी ही वनस्पती 'व्हर्बेनेएसी' म्हणजेच निर्गुडीच्या कुळातील आहे. भारंगीची झुडपे डोंगर उतारावर, खुरट्या जंगलात नदी-नाल्यांच्या काठावर, शेतात सर्वत्र आढळतात. पावसाळ्याच्या अखेरीस भारंगीस फुले, फळे येतात. मुळांच्या सकर्सपासून व बियांपासून भारंगीची लागवड करता येते.

औषधी गुणधर्म

भारंगीचे मूळ ज्वर किंवा कफ असलेल्या रोगात देतात. कफ जास्त वाढल्याने होणारा दमा, खोकला या विकारांत भारंगमूळ प्रामुख्याने वापरतात. सर्दी व घशातील शोष यावर भारंगमूळ सुंठ अथवा

वेखंडाबरोबर देतात. दम्यावर भारंगमूळ जेष्ठमध, बेहडा व अडुळशाची पाने यांचा काढा करून देतात.

भारंगीच्या पानांची भाजी दमा होऊ नये म्हणून आजही कोकणात वापरतात. याच्या कोवळ्या पानांची भाजी चवीला रुचकर असते. सर्दी, खोकला, ताप, छाती भरणे या विकारांत या भाजीचा उपयोग होतो.

पोट साफ होण्यासाठीही ही भाजी उपयुक्त ठरते, कारण ती पाचक आहे. पोटात कृमी झाल्यास पाने शिजवून, त्यातील पाणी गाळून प्यावे. पोट जड असणे, तोंडाची चव गुळचट असणे, तोंडात चिकटा जाणवणे, सकाळी उठल्यावर डोळ्यांभोवती किंचित सूज जाणवणे, अनुत्साह, हवेच्या बदलाने सर्दी होणे, कफ घट्ट होणे अशा वेळी भारंगीच्या पानांची भाजी हिंग व लसणाची फोडणी देऊन बाजरीच्या भाकरी सोबत खावी. भारंगीच्या फुलांचीही भाजी करतात.

भारंगीच्या पानांची भाजी

साहित्य : भारंगीची कोवळी पाने (देठ काढून टाकावेत), अर्धी वाटी चिरलेला कांदा, ५-६ लसूण पाकळ्या ठेचून घ्याव्यात, मीठ, तिखट, गूळ, तेल, हिंग, मोहरी, हळद इत्यादी

कृती : जास्त तेलावर कांदा-लसूण परतून घ्यावी, त्यावर चिरलेली भारंगीची पाने घालावीत. झाकण ठेवून वाफ काढावी. पाण्याचा थोडा हबका मारावा. तिखट, मीठ, हळद, थोडा गूळ व हिंग घालून शिजवून उतरवावे. भारंगीची भाजी कडू असल्याने शिजवून पाणी काढून घेतात.

भारंगीच्या फुलांची भाजी

साहित्य : दोन वाट्या भारंगीची फुले, एक वाटी चिरलेला कांदा, मूगडाळ, तिखट, मीठ, गूळ, तेल, मोहरी, हळद, हिंग इत्यादी

कृती : फुले चिरून घ्यावीत व दोन - तीन वेळा पाण्यातून पिळून घ्यावीत, यामुळे कडवटपणा निघून जातो. तेलाच्या फोडणीत कांदा परतावा. त्यात मुगडाळ नुसती धुऊन घालावी. मग चिरलेली फुले घालावीत, परतावे. मग तिखट घालावे. मंद गॅसवर परतावी. प्रथम फुलांमुळे भाजी जास्त वाटते, नंतर शिजून कमी होते. पूर्ण शिजल्यानंतर मीठ घालावे, नंतर गूळ घालून परतून उतरवावे. गुळाऐवजी साखर वापरू शकता. डाळीचे पीठ पेरून ही भाजी छान लागते. भाजलेल्या डाळीचे कूट, तीळ भाजून केलेली पूड, खसखस, किसलेले खोबरे घालूनही भाजी चवदार बनवता येते.

भोकर

शास्त्रीय नाव	:	*Cordia dichotoma* (कॉर्डिया डायचोटोमा)
कुळ	:	*Boraginaceae* (बोऱ्याजिनेएसी)
इंग्लिश नावे	:	Indian Cherry (इंडियन चेरी)
		Soap Berry (सोप बेरी)
स्थानिक नावे	:	बारगुंड, गुंदन
हिंदी नावे	:	लासोरा, लसोडा, लसोरा
संस्कृत नावे	:	श्लेष्मान्तक, भुकरबुंदर
गुजराती नावे	:	पिस्तन, रायगुंडो, गुंदा

भोकर ही वनस्पती भारत, श्रीलंका, इजिप्त, चीन, तैवान, इंडोनेशिया, म्यानमार, फिलीपाईन्स, पाकिस्तान, ऑस्ट्रेलिया, मलेशिया, जपान या देशांत आढळते. ही वनस्पती भारतात कोरड्या पानझडी तसेच, ओलसर मोसमी जंगलात सर्वत्र आढळून येते. महाराष्ट्रात ही सर्वत्र आढळते. पश्चिम घाट, सातपुडा, कोकण सर्व ठिकाणी भोकरीचे वृक्ष नैसर्गिकपणे जंगलात वाढलेले असतात, तर काही ठिकाणी या वृक्षाची लागवडही करतात.

भोकरीचा १० ते १२ मीटर उंचीपर्यंत वाढणारा सदापर्णी वृक्ष असतो. त्याची साल धुरकट गडद रंगाची असून ती खडबडीत व फाटलेली असते. पाने साधी, एकाआड एक, क्वचित समोरासमोर, रुंद अंडाकृती ७.५ ते १०.०० सें.मी. लांब व ६.२ ते १०.४ सें. मी. रुंद, गुळगुळीत, वरील भागावर पांढरट ठिपके. पानांच्या कडा किंचित दंतूर. पानांचे देठ २ ते ४ सें.मी. लांब. पानांच्या तळाकडील शिरा तीन ते पाच.

या वृक्षाच्या फांद्या खाली झुकलेल्या असतात. फुले लहान, पांढरी किंवा पांढरट-हिरवी, नियमित, एकलिंगी, नर व मादी फुले एकाच झाडावर येतात. फुले पानांच्या बेचक्यातून लोंबणाऱ्या घोसात येतात. पुष्पमंजिरी २.५ ते ५ सें.मी. लांब. फुलांचे देठ आखूड. पुष्पमुकुट पाच संयुक्त दलांनी बनलेला. पाच पाकळ्या , एकमेकांस चिकटलेल्या. पाच पुंकेसर, समान लांबीचे, तळाकडे पाकळ्यांना चिकटलेले, केसाळ. बीजांडकोश चार कप्पी, प्रत्येक कप्प्यात एक बीजांड. परागवाहिनी एक, टोकाकडे दोन विभागी. दोन परागधारिणी, टोपीच्या आकाराच्या. फळे गोलाकार, चकचकीत बोरांएवढी, पिकल्यावर पिवळसर किंवा गुलाबी पिवळसर रंगाची. १ ते ४ बिया. फळे आतून बुळबुळीत, चिकट रसांनी भरलेली. यामुळे भोकर या वनस्पतीला 'इंडियन ग्लू बेरी' असे म्हणतात.

औषधी गुणधर्म

भोकरीची साल व फळे औषधात वापरतात. साल संग्राहक व पौष्टिक आहे, तर फळे स्नेहक व संग्राहक आहेत. भोकरीचे फळ कृमिनाशक, कफोत्सारक व खोकल्यापासून आराम देणारे आहे. फळ मूत्रवर्धक व सारक गुणधर्माचे आहे. कोरडा खोकला, छाती व मूत्रनलिकेचे रोग, पित्तप्रकोप, दीर्घकालीन ताप, तहान कमी करणे, मूत्र जळजळ, जखम व व्रण भरण्यासाठी भोकरीचे फळ उपयुक्त आहे. सांधेदुखी, घशाची जळजळ यासाठीही भोकरीचे फळ उपयोगी आहे. फळे, शोथशामक असल्याने, खोकला, छातीचे रोग, गर्भाशय व मूत्रमार्गाचे रोग तसेच प्लीहेच्या रोगात भोकरीची फळे वापरतात.

भोकरीची साल स्तंभक असल्याने फुफ्फुसांच्या सर्व रोगात उपयुक्त आहे. साल फांटाच्या रूपात गुळण्या करण्यासाठी वापरतात. सालीचा रस खोबरेल तेलाबरोबर आतड्याच्या व पोटाच्या दुखण्यावर उपयुक्त आहे. साल सौम्य शक्तिवर्धक म्हणून उपयोगी आहे. सालीचे चूर्ण बाह्य उपाय म्हणून खाजेवर व त्वचारोगांवर वापरतात.

सालीचा काढा जीर्णज्वरात आणि पुष्टी येण्यास देतात. कफ सैल होण्यास, लघवीची आग कमी होण्यास व अतिसारात फळांचा काढा देतात, यामुळे आतड्यास जोम येतो. भोकराच्या सालीची राख तेलात खलून व्रण लवकर भरून येण्यासाठी लावतात. पिकलेले भोकर फळ, अडुळसा पाने व बेहडा फळे समप्रमाणात घेऊन काढा करून खोकल्यावर देतात. अतिसारावर भोकरीची साल पाण्यात उगाळून देतात. मोडशीवर भोकरीची साल हरभऱ्यांच्या आंबीत उगाळून द्यावी. भोकरीची पाने व्रण व डोकेदुखीवर उपयुक्त आहेत.

भोकराच्या फळांची भाजी करतात व लोणचे बनवतात. भोकराच्या कोवळ्या पानांचीही भाजी करतात. भोकराच्या फळाच्या भाजीचा उपयोग अतिसारात होतो. या भाजीमुळे आतड्याची ताकत वाढते व पुष्टी येते. भोकराच्या फळांचे लोणचे खूप चविष्ट असून हे राजस्थान, गुजरात व महाराष्ट्रात अगदी प्रसिद्ध आहे. भोकराचे लोणचे अग्निवर्धक, भूक वाढवण्यास व पचनासाठी चांगले आहे. रक्तपित्तात भोकरीच्या पानांची भाजी उपयोगी आहे.

भोकराच्या पानांची भाजी

साहित्य : भोकराची कोवळी पाने, भिजवलेली मूगडाळ, हिरव्या मिरच्या, कांदा, तेल, हळद, मीठ इत्यादी

कृती : भोकराची कोवळी पाने निवडून, स्वच्छ पाण्याने धुऊन घ्यावीत. पानांचे देठ काढून टाकावेत व पाने बारीक चिरून घ्यावीत. तेलात चिरलेला कांदा व मिरच्या परतून तांबूस होईपर्यंत तळून-भाजून घ्यावे. नंतर चिरलेली भाजी व भिजवलेली मूगडाळ घालावी. नंतर हळद, मीठ घालून सर्व भाजी चांगली परतून घेऊन अगदी थोडे पाणी घालून शिजवून घ्यावी.

भोकराच्या फळांची भाजी

साहित्य : भोकराची हिरवी कच्ची फळे, तीळ, खसखस, ओले खोबरे, आले, लसूण, तेल, तिखट, मीठ, हळद, कांदा इत्यादी

कृती : भोकराची कोवळी फळे धुऊन चिरावीत. बिया काढून टाकाव्यात व परत फळे चिरून घ्यावीत. तीळ, खसखस थोडे भाजावेत, ओले खोबरे किसून घ्यावे. नंतर तीळ, खसखस, खोबरे, लसूण, आले मिक्सर मध्ये बारीक करून ओला मसाला तयार करावा. तेलात चिरलेला कांदा भाजून घ्यावा व त्यात चिरलेली फळे घालावीत. हळद, तिखट, मीठ घालून भाजी परतून घ्यावी व नंतर ओला मसाला घालून, परतवून भाजी शिजवून घ्यावी.

भोकराच्या फळांचे लोणचे

साहित्य : भोकराची हिरवी कच्ची फळे, तेल, मिरेपूड, मोहरी डाळ, मिरची पावडर, मीठ, हिंग, हळद, मेथी पावडर, लोणच्याचा मसाला इत्यादी

कृती : भोकराची कोवळी फळे धुऊन चिरावीत व त्यातील बिया काढून टाकाव्यात व परत फळांच्या (गरजेप्रमाणे) फोडी कराव्यात. काही ठिकाणी फळे न चिरता अखंड फळे लोणच्यासाठी वापरतात. नंतर फोडींना मीठ लावून चोळावे. तेल गरम करून त्यात मोहरी डाळ, मिरची पावडर, मिरेपूड, हिंग पावडर, मेथी पावडर, हळद टाकून फोडणी करावी. फोडणी थंड झाल्यानंतर मीठ लावलेल्या फोडींवर ओतावे व सर्व मिश्रण चांगले मिसळून घ्यावे. आवश्यकता असल्यास लोणच्याचा मसाला घालावा. नंतर हे सर्व बरणीत भरावे व झाकण बंद करून काही दिवस ठेवावे. १५-२० दिवसांनी लोणचे मुरल्यानंतर तत्याचा वापर करावा.

भुईआवळी

शास्त्रीय नाव	:	*Phyllanthus amarus* (फायलॅन्थस ॲमरस)
कुळ	:	Euphorbiaceae (युफोरबिएसी)
स्थानिक नावे	:	भुईआवळी
हिंदी नावे	:	भूईआमला, भूईआवलासह
गुजराती नाव	:	भोंयआवली
संस्कृत नावे	:	भ्युक्यामलकी, भूआमलकी

वर्षायू रोपवर्गीय वनस्पती, २० ते ५० सें.मी.पर्यंत उंच वाढणारी. खोड व खांद्या गोलाकार, खोडाला बुंध्यापासूनच फांद्या फुटतात. पाने साधी, ०.५ ते १.५ सें.मी. लांब, एक आड एक, लांबट गोल, दोन्ही टोकांकडे गोलाकार, फांदीवर दोन समोरासमोरील रांगांनी मांडलेली. पाने ०.३ ते ०.६ सें.मी. रुंद. देठ लहान.

फुले लहान, पिवळसर हिरवी, पानांच्या बेचक्यात मागील बाजूस वळलेली. फुले एकलिंगी, नर व मादी फुले एकाच फांदीवर. नरफुले १ ते ३ एकत्र. मादी फुले एकाकी. पाकळ्या ४ ते ६, तळाकडील भागात साधारण एकमेकास चिकटलेल्या. नरफुलात तीन पुंकेसर. मादी फुलातील बीजांडकोश तीन कप्पी. बीजांडकोशाखाली वलयाकृती प्रपिंड. फळे आवळ्यासारखी गोलाकार, पण आकाराने लहान. फळे बोंडवर्गीय, पिकल्यानंतर तीन भागात फुटणारी, १.५ ते २.०० मि.मि. व्यासाची. फळांना आवळ्यासारखी चव असते. बिया लहान, त्रिकोणी, पाठीवर आडव्या सुरकुत्या.

भुईआवळीचे शास्त्रीय नाव आहे. 'फायलॅन्थस ॲमरस'. ही वनस्पती 'युफोरबिएसी' कुळातील म्हणजेच एरंडाच्या कुळातील आहे. भुईआवळी पावसाळ्यात सर्वत्र वाढलेली आढळते. शेतात, बागेत, पडीक जमिनीवर सर्व प्रकारच्या हवामानात सर्व ठिकाणी वाढते. जुलै ते ऑक्टोबर महिन्यात भुईआवळीस फुले, फळे येतात. नोव्हेंबर - डिसेंबरनंतर ती वाळून जाते. बियांपासून भुईआवळीची लागवड करणे शक्य आहे.

औषधी गुणधर्म

या वनस्पतीत 'फायलेनथीन' नावाचे द्रव्य आहे. कावीळ झाल्यास भुईआवळी वाटून दुधाबरोबर सकाळ संध्याकाळ देतात. भुईआवळीचा वापर यकृतवृद्धी व प्लीहावृद्धी कमी करण्यासाठी होतो.

भुईआवळीने लघवीचे प्रमाण वाढते व दाह कमी होतो.

भुईआवळीची भाजी आंबट असून आधुनिक शास्त्रानुसार या वनस्पतीचा उपयोग विषाणुजन्य तापात केला जातो. यकृतातील पाचक स्रावामध्ये बिघाड झाल्यास हिपॅटायटीस ब (B), तसेच काविळीमध्ये या भाजीचा चांगला उपयोग असल्याचे दिसून आले आहे. रक्तदाबवृद्धी, चक्कर येणे या आजारात ही भाजी खाल्ल्याने सुधारणा आढळून येते. फ्ल्यूसारख्या थंडी-तापाच्या आजारात, तसेच वरचेवर सर्दी, खोकला, ताप येणे अशा लक्षणांत ही भाजी नियमितपणे खावी. लघवी कमी होणे, मूतखडा, जंतुसंसर्ग होणे आदी विकारांतही या भाजीच्या सेवनांमुळे चांगला गुण येतो. भुईआवळीची पाने, कोवळी खोडे व फांद्या भाजी करण्यासाठी वापरतात.

भुईआवळीची भाजी : पाककृती १

साहित्य : दोन वाट्या निवडून स्वच्छ केलेली भाजी, अर्धी वाटी तूर, मसूर किंवा मूगडाळ, दाण्याचे कूट, हिरव्या मिरचीची पेस्ट, तेल, डाळीचे पीठ, ८ ते १० लसूण पाकळ्या मोहरी, हिंग व गळ.

कृती : तेलाच्या फोडणीत लसूण परतावा. भाजी व डाळ कुकरमध्ये शिजवून घोटून त्यात डाळीचे पीठ लावावे, नंतर फोडणीत भाजी घालावी. मिरची पेस्ट, मीठ, दाणेकूट व थोडासा गूळ घालून भाजी शिजवावी.

भुईआवळीची भाजी : पाककृती २

साहित्य : निवडून स्वच्छ केलेली भाजी, कांदा, मिरची, लसूण, तेल, मीठ इत्यादी.

कृती : भाजी बारीक चिरून घेणे. तेलात कांदा, लसूण, मिरची परतून घेणे, आणि भाजी घालून चांगली परतून शिजवावी.

माचोळ

शास्त्रीय नाव	:	*Arthrocnemum indicum* (ॲरथ्रोसिनीमम इंडिकम)
कुळ	:	Chenopodiaceae (चिनोपोडीएसी)
स्थानिक नावे	:	मचूर, माचूर, माचोल
गुजराती नावे	:	भोलडो, भोलरो
हिंदी नावे	:	मोलरो

माचोळ ही वनस्पती भारत, पाकिस्तान, श्रीलंका, दक्षिण आफ्रिका, ट्युनेसिया या देशांत आढळते. ही वनस्पती भारतात गुजराथ, महाराष्ट्र, गोवा, कर्नाटक, केरळ, आंध्रप्रदेश, तामिळनाडू, ओरिसा या राज्यात आढळते. माचोळ वनस्पती मुंबई, ठाणे, रायगड, रत्नागिरी व सिंधुदुर्ग या जिल्ह्यात, म्हणजेच कोकणात सर्वत्र दिसून येते. ही वनस्पती समुद्रकिनाऱ्यावरील खारट जमिनीत, वाळूत वाढते.

माचोळ ही वनस्पती मांसल, बहुवर्षायू, लहान झुडूपवर्गीय पर्णरहित वनस्पती आहे. खोड मांसल, हिरवे, पसरत वाढणारे. फांद्या अनेक, ताठ सरळ वाढणाऱ्या किंवा खाली झुकलेल्या, जाड, रसरशीत, मांसल, हिरव्या रंगाच्या. फांद्यांना अनेक सांधे, जाडसर, सांधे आखूड. फांद्या टोकांकडे विभागलेल्या. या वनस्पतीच्या खोडावर व फांद्यांवर पाने नसतात. फांद्यांमध्ये जाड, नरम गर असतो. फुले लहान, नियमित, द्विलिंगी, हिरवट-पिवळी, छोट्या दंडगोलाकार १ ते २ सें.मी. लांब पुष्पमंजिरीत येतात. फुलांभोवती एक ते तीन लहान पुष्पपर्णे असतात. तीन ते पाच पाकळ्या, जाडसर. पुष्पपर्णे व पाकळ्या मांसल. पुंकेसर एक, परागकोष जाड व मोठा. बीजांडकोश अंडाकृती, एककप्पी, एक बीजांड, एक परागवाहिनी. दोन परागधारिणी, गोलाकार. फळे गोलाकार टोकाकडे निमुळती, दोन्ही बाजूस साधारण चपटी, जाड पाकळ्यांनी झाकलेली असतात. बी एक, त्रिकोणी आकाराची. बियांवरील आवरण खडबडीत. माचोळ ही वनस्पती पित्तशामक आहे. पित्त कमी होण्यासाठी माचोळचा गर देतात किंवा गरापासून सरबत करून देतात. यकृताच्या रोगात माचोळच्या खोडातील व फांद्यांतील गर देतात.

माचोळची चव व रुची खारट असते. यकृताच्या रोगात माचोळची भाजी देतात. जुना आमवात असलेल्या रोग्यास माचोळची भाजी देतात. माचोळ खाऱ्या जमिनीत वाढते म्हणून ती खारट असते. माचोळच्या फांद्या शिजवून त्यातील गर काढतात व त्याची भाजी करतात. माचोळ ही वनस्पती वसई, कल्याणच्या बाजारात आदिवासी लोक विकण्यासाठी काही वेळा आणतात.

माचोळची भाजी

साहित्य : दोन वाट्या माचोळच्या फांद्या, एक चमचा लसूण-आले पेस्ट, एक वाटी चिरलेला कांदा, चिरलेल्या दोन-तीन हिरव्या मिरच्या, बारीक चिरलेली कोथिंबीर, किसलेले ओले खोबरे, तेल, हिंग, मोहरी, हळद, मीठ इत्यादी

कृती : माचोळच्या बारीक कापलेल्या फांद्या पाण्याने स्वच्छ धुवाव्यात व पाण्यात शिजवून घ्याव्यात. थंड झाल्यानंतर त्यांचे मधले दोर काढावेत व फक्त गर घ्यावा. हिंग, मोहरी, हळद, तेल घालून फोडणी करून घ्यावी. नंतर चिरलेला कांदा चांगला परतून घ्यावा. त्यावर हिरव्या मिरच्यांचे तुकडे व लसूण-आले पेस्ट घालून सर्व मिश्रण परतून घ्यावे. त्यावर नंतर शिजवलेली भाजी (गर) घालावी. ही भाजी मूळचीच खारट असल्याने मीठ घालू नये किंवा चव पाहून आवश्यकतेनुसार मीठ घालावे. भाजी शिजल्यानंतर कोथिंबीर व ओले खोबरे घालावे.

माचोळचे रायते

साहित्य : दोन वाट्या माचोळच्या फांद्या, दोन चमचे तूप, एक वाटी दही, पाव वाटी ताक, जिरे, हिंग, हिरवी मिरची, एक चमचा दाणेकूट, ओले खोबरे, कोथिंबीर, मीठ, साखर इत्यादी

कृती : माचोळच्या फांद्या शिजवून गर काढून घ्यावा. तुपात जिरे, हिंग, मिरची घालून फोडणी करावी, नंतर त्यात गर घालून चांगले परतावे. ताक घालून शिजवून घ्यावे. नंतर त्यात साखर, दाणेकूट, कोथिंबीर, ओले खोबरे घालावे. आवश्यकता वाटल्यास चवीनुसार मीठ घालावे.

मायाळू

शास्त्रीय नाव	:	*Basella alba* (बेसिला अॅल्बा)
कुळ	:	Basellaceae (बॅसिलेसी)
इंग्लिश नाव	:	Indian Spinach (इंडियन स्पिनॅच) Malbar Night Shade (मलबार नाईट शेड)
स्थानिक नावे	:	वेलबोंडी
हिंदी नाव	:	पोर्ब
गुजराती नाव	:	पोथोनी भाजी
संस्कृत नाव	:	कलंबी, पूतिका

मायाळू या बहुवर्षायू वेलाची बागेत, अंगणात, परसात तसेच कुंडीत सर्वत्र लागवड करतात. मायाळू ही वनस्पती आशिया व आफ्रिका खंडातील उष्ण कटिबंधीय प्रदेशात आढळते. मायाळू या वनस्पतीला 'वेलबोंडी' असेही काही ठिकाणी म्हणतात. मायाळूचे तांबडा व पांढरा असे दोन प्रकार आहेत. मायाळूचे खोड नाजूक, खूप लांब, बारीक, उजव्या बाजूस गुंडाळणारे, मांसल, जांभळट-करड्या अथवा हिरव्या रंगाचे असते. पाने साधी, एकाआड एक, मांसल - जाड, ५ ते १५ सें.मी. लांब, २.५ ते ७.५ सें.मी. रुंद, अंडाकृती, तळाकडे अंडाकृती, हिरव्या किंवा तांबूस - जांभळट रंगांची. फुले पांढरी किंवा लाल रंगाची, लहान, देठरहित, पानांच्या बेचक्यातून येणाऱ्या, खाली झुकलेल्या लहानशा पुष्पमंजिरीत येतात. पाच पाकळ्या, जाड, मांसल, लंबवर्तुळाकार, विशालकोनी. पाच पुंकेसर, बीजांडकोश एक कप्पी, फळे गोलाकार, वाटाण्याएवढी, लाल-काळसर किंवा पांढऱ्या रंगाची. बी एक.

औषधी गुणधर्म

मायाळू ही औषधी वनस्पती असून ती शीतल व स्नेहन आहे. ही वनस्पती तुरट, गोडसर, स्निग्ध, निद्राकार, मादक, कामोत्तेजक, चरबीकारक, विरेचक व भूकवर्धक आहे. मायाळू पित्तशामक असून त्वचारोग, आमांश, व्रण यांवर उपयोगी आहे. ही कफकारक, मादक, पौष्टिक व ज्वरनाशक आहे.

मायाळूचा अंगरस पित्त उठल्यानंतर अंगावर चोळतात. यामुळे आग व खाज कमी होते. परम्यात पानांचा रस देतात. पानांचा लगदा केसतूट आणि गळूवर लवकर पिकण्यासाठी बांधतात. मायाळू शोथशामक आणि मूत्रवर्धक आहे. ही वनस्पती शिश्नशोथात उपयुक्त आहे. मायाळूच्या पानांचा रस लोण्याबरोबर मिसळून भाजण्यावर व गरम पाण्याने पोळण्यावर आरामदायक उपाय आहे. या वनस्पतीच्या खोडापासून निघणारे श्लेष्मलक द्रव वारंवार डोके दुखण्यावर प्रसिद्ध उपाय आहे.

मायाळूचे वेल कोकणात सर्वत्र आढळतात. मायाळूची कोवळी पाने भाजीसाठी वापरतात. रक्ताची किंवा पित्ताची उष्णता अतिशय वाढल्यास मायाळूची भाजी देतात. गुणधर्माने ही भाजी थंड स्वरूपाची आहे. मायाळूची भाजी पालकप्रमाणे जिरण्यास हलकी आहे. गाऊटच्या विकारातील सांध्यांच्या ठिकाणच्या वेदना व सूज कमी होण्यासाठी ही भाजी उपयुक्त आहे. रक्तविकारात वाढलेली रक्तातील उष्णता या भाजीमुळे कमी होते व रक्तशुद्धी होते. त्यामुळे त्वचाविकारही कमी होतात. फिरंग, उपदंश (गोनोरिया) अशा गुप्तरोगांमध्ये मूत्रमार्गात तसेच शरीरात उष्णता वाढलेली असते, अशावेळी या भाजीच्या नियमित वापराने दाह व वेदना कमी होतात. ही भाजी मूळव्याधीवरही उपयोगी आहे.

मायाळूची भाजी : पाककृती १

साहित्य : मायाळूची पाने, हरभरा डाळ, मीठ, आवडीप्रमाणे हिरवी मिरची किंवा तिखट, तेल, मोहरी, हिंग, हळद, गूळ इत्यादी

कृती : मायाळूची पाने स्वच्छ धुऊन चिरून घ्यावीत. तेलाच्या फोडणीत मोहरी, कांदा, हिंग, हळद घालून परतावे. नंतर हरभराडाळ घालून एक वाफ आणावी. मिरची चिरून किंवा तिखट घालावे. चिरलेली भाजी घालून, झाकण ठेवून शिजवावी. प्रथम मीठ व नंतर गूळ घालून भाजी परतावी.

मायाळूची भाजी : पाककृती २

साहित्य : मायाळूची पाने, एक वाटी शिजवलेली तूरडाळ, एक वाटी चिरलेला कांदा, एक वाटी ओले खोबरे, धणे, मीठ, हळद, चार सुक्या मिरच्या, गूळ, चिंच, तेल इ.

कृती : मायाळूची चिरलेली पाने, अर्धी वाटी चिरलेला कांदा व पाणी घालून शिजवून घ्यावी. नंतर शिजवलेली तूरडाळ घालावी. धणे, मिरची व खोबरे वाटून घ्यावे. वाटण, हळद, मीठ, गूळ व थोडी चिंच असे मिश्रण उकळून शिजवलेल्या भाजीत घालावे वरून कांदा घातलेली फोडणी द्यावी.

मायाळूची भाजी : पाककृती ३

साहित्य : मायाळूची देठासहित पाने, एक जुडी आंबट चुका, ३ ते ४ चिरलेल्या हिरव्या मिरच्या, गूळ, शेंगदाणे, हरभरा डाळ, काजू, मीठ, तेल, तिखट, मोहरी, हळद, कढीपत्ता इत्यादी

कृती : मायाळूची पाने बारीक चिरून घ्यावी. आंबट चुका निवडून चिरावा. शेंगदाणे, हरभरा डाळ एक तास पाण्यात भिजवावे. कुकरमध्ये मायाळू व चुका एकत्र शिजवावे. शेंगदाणे व हरभरा डाळही त्याच कुकरमध्ये दुसऱ्या भांड्यात शिजवावी. पालेभाज्या कोमट झाल्यानंतर मिक्सरमधून काढाव्यात म्हणजे त्या बारीक वाटल्या जातात. कढईत तेलाची फोडणी करून (मोहरी, कढीपत्ता, मिरच्या, हळद) त्यात काजू परतून घ्यावेत. नंतर पालेभाज्यांचे वाटण त्यात ओतावे. मीठ व गूळ घालावे. भाजी ढवळून घ्यावी. शिजवलेले शेंगदाणे व हरभरा डाळ घालावी व पुन्हा ढवळावे. चांगली उकळी आल्यावर झाकण ठेवून आच बंद करावी. अशाप्रकारे मायाळूची पातळ भाजी तयार करता येते.

मोरशेंड

शास्त्रीय नाव : *Bidens biternata* (बायडन्स बायटरनेटा)

कुळ : Asteraceae (ॲस्टेरेसी)

मोरशेंड ही वर्षायू रोपवर्गीय वनस्पती पावसाळ्यात सर्वत्र वाढते. महाराष्ट्रात ही वनस्पती कोकण, पश्चिम घाट, खानदेश, मराठवाडा, विदर्भ या भागात शेतात, जंगल परिसरात, रस्त्यांच्या कडेने, ओसाड पडीक जमिनीवर, गावात, गावाबाहेर सर्वत्र वाढलेली आढळते. मोरशेंड ही सूर्यफुलाच्या कुळातील वनस्पती आहे.

मोरशेंड ही वनस्पती दोन ते तीन फूट उंच वाढते. खोड चौकोनी, रेखाकृती, सरळ उंच वाढणारे, साधारण लवयुक्त, फांद्या समोरासमोर, सरळ वाढणाऱ्या, लोमश. पाने संयुक्त, समोरासमोर, पर्णिका बहुतेक वेळा तीन, पण काही वेळा सात. पर्णिकेच्या खालील दोन जोड्या विषम विभागी, कडा कातरलेल्या. टोकाकडील पर्णिका आकाराने मोठी, जास्त लांब व तीन विभागी, त्रिकोणी आकाराची, कडा कातरलेल्या. पर्णिकेचे देठ लहान.

फांद्याच्या टोकांना तसेच पानांच्या बेचक्यातून तयार होणाऱ्या लहान फांद्यांच्या टोकांवर पुष्पगुच्छ तयार होतात. प्रत्येक पुष्पगुच्छात दोन प्रकारची फुले तयार होतात. पुष्पगुच्छ १.३ सें.मी. व्यासाचा, लंबगोलाकार. पुष्पगुच्छाबाहेर हिरव्या दलांचे गोलाकार आवरण. बाहेरची फुले मादी, तीन अनियमित पांढऱ्या पाकळ्यांनी बनलेली. आतील फुले द्विलिंगी व नियमित. पुष्पमुकुट दोन दलांचा. पाकळ्या पाच, एकमेकांस चिकटलेल्या, पुष्पनळी लंबगोलाकार शंकूच्या आकाराची. पुंकेसर पाच, एकमेकास चिकटलेले, यामुळे गोलाकार नळी तयार होते. बीजांडकोश लंबगोलाकार. एक कप्पी, १.५ सें.मी. लांब. परागवाहिनी लांब, पुंकेसर नळीतून बाहेर येते. परागधारिणी द्विविभागी. फळे लंबगोलाकार ३ ते ४ सें.मी. लांब. फळांवर दोन ते चार लांब काटेरी केस. काटेरी केसांमुळे फळे जनावरांच्या अंगास चिकटतात, आपल्या कपड्यांना चिकटतात व त्यांचा दूरवर प्रसार व प्रचार होण्यास मदत होते. फळांमध्ये एकच लांबट बी असते. मोरशेंड या वनस्पतीस ऑगस्ट ते डिसेंबर या कालावधीत फुले व फळे येतात.

औषधी गुणधर्म

मोरशेंड वनस्पतीच्या कोवळ्या पानांची भाजी करतात. संधिवाताच्या विकारात या भाजीचा उपयोग होतो. या भाजीच्या सेवनामुळे रक्तातील युरिक ॲसिडचे प्रमाण कमी होऊन सांध्यांची सूज कमी होते. रक्तातील उष्णता कमी होऊन रक्तदृष्टिजन्य विकार या भाजीमुळे कमी होण्यास मदत होते. तरुणांतील गुप्तरोग व स्त्रियांमधील श्वेतप्रदर या विकारात मोरशेंड भाजीचा चांगला उपयोग होतो.

मोरशेंड पानांची भाजी

साहित्य : मोरशेंडीची कोवळी पाने, भिजवलेली मूगडाळ, तेल, जिरे, मोहरी, लसूण, मीठ इत्यादी
कृती : मोरशेंडीची कोवळी पाने खुडून, स्वच्छ धुऊन व बारीक चिरून घ्यावीत. कढईत तेल, जिरे, मोहरी व लसूण घालून फोडणी करावी चिरलेली भाजी त्यात परतून घ्यावी. नंतर त्यामध्ये भिजवलेली मूगडाळ व चवीपुरते मीठ घालून भाजी परतावी व मंद आचेवर कढईवर झाकण झाकून भाजी नीट शिजवून घ्यावी.

मोरशेंड पानांची बाटी

साहित्य : बारीक चिरलेली मोरशेंडीची पाने, धणे-जिरे पूड, आले-लसूण पेस्ट, ठेचलेल्या हिरव्या मिरच्या, तिखट, मीठ, हळद, चिरलेली कोथिंबीर, हरबरा डाळीचे पीठ, तेल, मोहरी, हिंग इत्यादी.
कृती : पाने, धणे-जिरे पूड, आले-लसूण पेस्ट, ठेचलेल्या मिरच्या, कोथिंबीर, तिखट, मीठ व हळद हे सर्व घटक एकत्र करून त्या हरभरा डाळीचे पाठ घालून मळावे. घट्ट गोळा तयार झाला की त्याचे लहान लिंबाएवढे गोळे करून ते मध्यभागी बोटाने खोलगट करावे. ह्यांनाच बाट्या म्हणतात.
ह्या बाट्या कुकरमध्ये ठेवून वाफवाव्यात. कोमट झाल्यावर त्या तेलात तळाव्यात. नंतर त्या एका भांड्यामध्ये ठेवून वरून मोहरी, हळद व हिंगाची खमंग फोडणी समप्रमाणात पसरावी. या नाश्त्यासाठी चांगल्या लागतात. बाट्या आमटीतही घालतात. भात व चपाती बरोबर ही बाट्यांची आमटी खाता येतो.

मोहोर

शास्त्रीय नाव : *Dioscorea pentaphylla* (डायोस्कोरिया पेन्टाफायला)

कुळ : Dioscoreaceae (डायोस्कोरेसी)

स्थानिक नावे : शेंडवेल, शेंदुरवेल, मांदा, येलेरगडू, करांदी

मोहोर ही वेल महाराष्ट्रातील जंगलातून सर्वत्र आढळतो. प्रामुख्याने कोकणात व पश्चिम घाट परिसरात मुबलक आढळते. मोहोर वनस्पती श्रीलंका, तसेच आफ्रिका खंडातील काही देशांतही आढळते.

मोहोरच्या वेलींना जमिनीत कंद असतात. मोठी वाढ झालेल्या वेलींना पाच ते सहा फूट लंबगोलाकार कंद असतात. पावसाळा संपल्यानंतर काही महिन्यांत वेल पूर्णपणे वाळून जातो; पण कंद जमिनीत तसाच राहतो. पुढील वर्षी पाऊस सुरू होताच कंद परत रुजतो व नवीन वेल तयार होतो.

या वनस्पतीचे खोड नाजूक व आधाराला गुंडाळणारे असते. दुसऱ्या झाडाझुडुपांना गुंडाळत हा वेल १५ ते २० फुटांपर्यंत वाढतो. खोडास खालील भागात लहान काटे असतात. पाने संयुक्त, एका आड एक, हस्ताकृती, ३ ते ५ पर्णिका, टोकाकडील पर्णिका मोठी असते. पानांचा देठ २.५ ते ७.५ सें.मी. लांब, पण पर्णिकांचे देठ अगदी लहान. पर्णिका ५ ते १०.५ सें.मी. लांब व २.४ ते ५.० सें.मी. रुंद, गुळगुळीत. फुले लहान, एकलिंगी, नियमित, पांढरट हिरवी, लांब लोंबणाऱ्या पुष्पमंजिरीत झुपक्यांनी येतात. नरफुले व मादीफुले वेगवेगळ्या वेलींवर येतात. नरफुले लहान, पांढरट रंगाची, पानांच्या बेचक्यातून खाली लोंबणाऱ्या लहान लहान मंजिऱ्यातून येतात. नरफुले सुवासिक असतात. फुलांच्या मंजिरी शाखा २.५ ते ३.८ सें.मी. लांब, झुपक्यांनी येतात. मुख्य पुष्पमंजिरी अर्धा ते एक फूट लांब असते.

पाकळ्या तीन, पुंकेसर तीन, वांझ पुंकेसर तीन, वांझ बीजांडकोश तीन विभागी. मादीफुले हिरवट रंगाची, पानांच्या बेचक्यातून खाली लोंबणाऱ्या ५ ते १५ से.मी. लांब पुष्पमंजिरीत येतात. पाकळ्या तीन. बीजांडकोश लंबगोलाकार. तीनविभागी, तीन कप्पी. फळे त्रिकोणी आकाराची, पंखधारी. बिया अनेक, पंखधारी, १.२ ते १.५ सें.मी. लांब. पंख एक, लांबट, चपटा व पातळ. बिया रुजल्यानंतर नवीन रोपे तयार होतात. गणेशोत्सवातील अनंतचतुर्थीनंतर येणारा पंधरवडा 'पितृपंधरवडा' म्हणून पाळला

जातो. महाराष्ट्रात, प्रामुख्याने पश्चिम महाराष्ट्रात व कोकणात मोहोर या वनस्पतीच्या नरफुलांच्या मंजिऱ्यांची भाजी महालयाच्या पंधरवड्यात (पितृपंधरवड्यात) पूर्वजांना केल्या जाणाऱ्या नैवेद्यात करण्याचा प्रघात आहे. ही प्रथा जुनी असून अनेक वर्षे जपली गेली आहे. या प्रथेमागील शास्त्रीय कारण शोधणे आवश्यक आहे. मोहोराची भाजी रुचकर असून, ती चवीला माशांच्या अंड्याच्या भाजीप्रमाणे लागत असल्याने, ही भाजी मोठ्या चवीने, आवडीने खाल्ली जाते. मोहोरची भाजी गुणाने मधुर तसेच पौष्टिक आहे. मोहोरच्या कंदाचीही भाजी करतात.

औषधी गुणधर्म

या वेलीचे कंद कापून सुजेवर बांधतात, यामुळे सूज कमी होते. कंदाची पेज पौष्टिक आहे. आजारपणात शक्ती वाढण्यासाठी देतात.

मोहोरची भाजी : पाककृती १

साहित्य : नरफुलांच्या मंजिऱ्या, कांदा, जिरे, तिखट, मीठ, हळद, हिंग, लसूण, तेल इत्यादी

कृती : मंजिऱ्या चिरून स्वच्छ धुऊन घ्याव्यात. नंतर गरम पाण्यात वाफवून घ्याव्यात. गार झाल्यानंतर मंजिऱ्या पिळून घ्याव्यात. कढईत तेल घेवून तेलामध्ये कांदा, लसूण लालसर भाजून घ्यावेत. थोड्या वेळाने वाफवलेली भाजी कढईत घालावी. चवीपुरते मीठ घालून भाजी नीट परतावी व झाकण ठेवून भाजी चांगली वाफवून घ्यावी.

मोहोरची भाजी : पाककृती २

साहित्य : नरफुलांच्या मंजिऱ्या, भिजवलेली मुगाची डाळ, कांदा, तेल, मीठ, तिखट, ओले खोबरे, फोडणीचे साहित्य इत्यादी

कृती : मंजिऱ्या स्वच्छ धुऊन चिराव्यात. फोडणीत कांदा, भिजवलेली मुगाची डाळ तसेच चिरलेली भाजी घालून चांगले परतून घ्यावे. भाजी शिजत आली की मीठ, तिखट, खोबरे घालून तीन-चार वाफा घ्याव्यात.

मोहोरच्या कंदाची भाजी

साहित्य : मोहोरचे कंद, चिंच, तिखट, मीठ, साखर, तेल, नारळचव, दाणेकूट, कोथिंबीर, जिरे, मोहरी इत्यादी

कृती : कंद स्वच्छ धुऊन चिरून घ्यावेत. चिंचेचा पातळ कोळ तयार करून त्या पाण्यात कंदाचे तुकडे उकडून घ्यावेत. कढईत तेल घेऊन फोडणी करावी. उकडलेले कंदाचे तुकडे घालावेत. तिखट, मीठ घालून उकळी आल्यानंतर साखर, दाणेकूट व कोथिंबीर पेरावी.

राजगिरा

शास्त्रीय नाव : *Amaranthus cruentus* (ॲमॅरॅन्थस क्रुईनट
कुळ : Amaranthaceae ॲमॅरॅन्थेएसी
इंग्लिश नावे : Red Amaranth (रेड ॲमॅरॅन्थ), Duck Wh
(डक व्हीट), Princess Feather (प्रिन्सेस फिदर)
Maxican grain Amaranth (मॅक्सिकन ग्रेन ॲमॅर
स्थानिक नावे : करोलभाजी, चुको
हिंदी नावे : राजगिरा, चूअमार्स
गुजराती नाव : राजगरो
संस्कृत नावे : राजाद्री, राजगिरी

राजगिरा ही वर्षायू रोपवर्गीय वनस्पती आहे. राजगिऱ्याची शेतात लागवड करतात, पण अनेकवेळा ही वनस्पती तण म्हणूनही ओसाड, पडीक जमिनीवर वाढलेली आढळते. ही वनस्पती एक ते तीन फुटांपर्यंत उंच वाढते. काही वेळा सुपीक मातीत ही वनस्पती ४ ते ६ फूट उंचीपर्यंतही वाढते. खोड ताठ, सरळ वाढणारे, बोटभर जाडीचे, खोडावर सरळ समांतर वाढणारे उंचवट भाग. पाने साधी, एकाआड एक, २.५ ते ११.० सें.मी. लांब, १.० ते ४.० सें.मी.रुंद, लांबट, टोकांकडे निमुळते. पानांचा देठ २.५ ते ८.० सें.मी. लांब. पाने हिरवी, हिरवट - पिवळसर किंवा लालसर रंगाची. फुले नियमित, एकलिंगी. नर, मादी व द्विलिंगी फुले एकाच पुष्पमंजिरीत येतात. फुले लहान, हिरवी, हिरवट-पिवळसर, पिवळी किंवा लाल रंगाची, फांद्यांच्या टोकांवर, तसेच पानांच्या बेचक्यातून तयार होणाऱ्या लांबट, ताठ, सरळ वाढणाऱ्या अनेक शाखीय पुष्पमंजिरीत तयार होतात. पुष्पमुकुट पाच दलांचा, दले टोकांकडे तीक्ष्ण, टोकदार. पुष्पमुकुटाच्या बाहेर पुष्पपर्णे, २ + २, टोकांकडे तीक्ष्ण, टोकदार, पुष्पमुकुट दलांपेक्षा दुपटीने लांब, हिरवे, पातळ. पाच पुंकेसर. बीजांडकोश एक कप्पी, गोलाकार, परागवाहिनी तीन, आखूड, टोकांकडे केसाळ, लोमश. फळे गोलाकार ०.१ x ०.१ सें.मी. मध्ये फुगीर. बिया तीन ते सहा गोलसर, गडद करड्या किंवा काळ्या रंगाच्या. राजगिरा वनस्पतीला जुलै-ऑगस्ट महिन्यात फुले येतात.

औषधी गुणधर्म

त्वचेवरील व्रण कमी करण्यासाठी राजगिऱ्याच्या पानांचा वाटून लेप करतात. रक्तशुद्धीसाठी राजगिरा वनस्पतीच्या पानांचा रस घेतात. लघवीला जळजळ होत असल्यास पानांचा अंगरस देतात. गंडमाळेत राजगिरा बियांची भाकरी व पानांची भाजी देतात. राजगिऱ्याच्या बियांत शरीरस्वास्थ्यासाठी आवश्यक असणारी द्रव्ये आहेत. बिया भाजून लाह्या करतात आणि त्याचे लाडू करून उपवासाच्या

आहारात घेतात. राजगिरा वातुळ आहे. फुलांपासून नैसर्गिक रंग तयार करतात, जो खाद्यपदार्थात वापरतात.

राजगिऱ्याची कोवळी पाने भाजी करण्यासाठी वापरतात. अंगावरील जखमा भरून येण्यासाठी किंवा त्यात जंतुसंसर्ग होऊ नये यासाठी राजगिऱ्याची भाजी उपयुक्त आहे. मलावष्टंभामुळे मूळव्याध, गुदभागी वेदना, रक्तस्राव होत असल्यास या भाजीच्या सेवनाने लक्षणे कमी होतात. गंडमाळा या विकारात राजगिऱ्याची भाजी पथ्यकर आहे. मूत्रमार्गात होणारी जळजळ या भाजीच्या सेवनाने कमी होते. पानांची भाजी खाल्ल्यास पोट साफ होते. मलावरोधावर राजगिऱ्याच्या पानांची भाजी खावी.

राजगिऱ्याची भाजी : पाककृती १

साहित्य : राजगिराची कोवळी पाने देठांसहित, लसूण पाकळ्या, तेल, हिरव्या मिरच्या, मीठ इत्यादी

कृती : पाने पाण्याने स्वच्छ धुऊन बारीक चिरून घ्यावी. हिरव्या मिरच्या चिरून घ्याव्यात. लसणीच्या पाकळ्या ठेचून तेलात फोडणी द्यावी. फोडणीत चिरलेल्या मिरच्या घालून चांगल्या तळून भाजून घ्याव्यात. नंतर त्यात चिरलेली भाजी घालून, चवीपुरते मीठ घालून, झाकण ठेवावे आणि मंद आचेवर भाजी शिजवून घ्यावी.

राजगिऱ्याची भाजी : पाककृती २

साहित्य : राजगिऱ्याची कोवळी पाने, शिजवलेली मूगडाळ, लसूण पाकळ्या, तिखट, मीठ, तेल इत्यादी

कृती : पाने स्वच्छ धुऊन चिरून घ्यावीत. लसूण पाकळ्या ठेचून घ्याव्यात. फोडणी करून त्यामध्ये ठेचलेल्या लसूण पाकळ्या घालाव्यात. थोड्या वेळाने चिरलेली भाजी घालावी, तिखट, मीठ घालावे. नंतर भिजलेली मूगडाळ घालून भाजी नीट परतून घ्यावी व झाकण ठेवून भाजी शिजवून घ्यावी.

रानमेथी

शास्त्रीय नाव : *Meliotus indica* (मेलिओट्स इंडिका)

कुळ : Fabaceae (फॅबेसी)

इंग्लिश नाव : Small Melioat स्मॉल मेलीओट

स्थानिक नावे : जंगली मेथी, वनमेथी

हिंदी नाव : बनमेथी

संस्कृत नावे : वनमेथिका, बहुपत्रिका

अगदी हुबेहुब मेथीसारखीच दिसणारी रानमेथी ही वनस्पती, शेतात वाढणारे तण आहे. कोकण वगळता रानमेथी महाराष्ट्रात सर्वत्र आढळते. रानमेथी विशेषतः काळ्या जमिनीवर वाढते. रानमेथीचे वर्षायू रोप ३० ते ४५ सें.मी. उंच वाढते. खोड गोलाकार, हिरवे, नाजूक. पाने संयुक्त, त्रिपर्णी, एकाआड एक. देठ ३ ते ४ सें.मी. लांब. पर्णिका लांबट-गोलाकार, कडा दातेरी. पर्णिकांचे टोक गोलाकार. बाजूच्या पर्णिकांचे देठ अगदी आखूड. अग्रस्थ पर्णिकेचे देठ लांब. पर्णिका केशहीन किंवा किंचित केसाळ. फुले लहान, पिवळसर, सुगंधी, पानांच्या बेचक्यातून येणाऱ्या लांब तुऱ्यात किंवा फांद्यांच्या टोकांवर येणाऱ्या लांब तुऱ्यात येतात. पाच पाकळ्या, अनियमित, एक पाकळी मोठी, दोन मध्यम आकाराच्या व दोन पाकळ्या लहान आकाराच्या व तळाशी चिकटलेल्या. १० पुंकेसर, एकमेकांस चिकटलेले. बीजांडकोश एककप्पी. शेंगा लहान, फुगीर, दोन्ही बाजूस निमुळत्या. बी एक, चपटी. शेंगा लंबवर्तुळाकार, करडी. रानमेथी जानेवारी-फेब्रुवारी महिन्यात महिन्यांत येतात.

औषधी गुणधर्म

रानमेथीमध्ये मेथीसारखेच वातशामक व कफनाशक औषधी गुणधर्म आहेत. बिया आतड्याच्या विकारात उपयुक्त समजल्या जातात. बिया लहान मुलांना अतिसारात देतात. रानमेथीचे पंचांग वेदनाहारक म्हणून वापरतात. रानमेथी आमवातनाशक व अल्प वाजीकर आहे. सुजेवर बाह्य उपाय म्हणून शेक, पोटीस आणि लेप म्हणूनही रानमेथीचा वापर करतात. रानमेथीची पाने पाण्यात स्वच्छ धुऊन, दुधात उकळून ते दूध सकाळ-संध्याकाळ बाळंतिणीला दूध वाढवण्यासाठी देतात. लहान मुलांना अजीर्णामुळे जुलाब होऊन आकडी येत असल्यास रानमेथीच्या पानांचा रस देतात. व्रण रुजून येत नसल्यास रानमेथीचा पाला वाटून व्रणावर बांधतात. रानमेथीच्या कोवळ्या फांद्या व पाने भाजी करण्यासाठी वापरतात. रानमेथीची भाजी थंड व शांत गुणाची आहे.

रानमेथीची भाजी : पाककृती १

साहित्य : रानमेथीची कोवळी खोडे व पाने, बारीक चिरलेला कांदा, लसूण, भिजवलेली तूरडाळ, मीठ, तेल, हिरव्या मिरच्या इत्यादी

कृती : भाजी नीट निवडून घ्यावी, स्वच्छ धुवावी व बारीक चिरावी. पातेल्यात तेल घालून त्यात बारीक चिरलेला कांदा व लसूण पाकळ्या घालाव्यात. चिरलेल्या मिरचीचे तुकडे घालून, कांदा लालसर होईपर्यंत परतावा. त्यानंतर त्यामध्ये बारीक चिरलेली भाजी व मीठ घालावे व भाजी चांगली परतून घ्यावी. मंद आचेवर ठेवून भाजी शिजवावी.

रानमेथीची भाजी : पाककृती २

साहित्य : रानमेथीची धुऊन चिरून भाजी, डाळीचे पीठ, तेल, मोहरी, हिंग, हळद, गूळ, मीठ, तिखट, काळा मसाला इत्यादी. **फोडणीचे साहित्य** : तेल, लसूण पाकळ्या ठेचून, लाल मिरच्या उभे दोन तुकडे करून हिंग, मोहरी, हळद.

कृती : तेलात फोडणी करून भाजी परतावी. मीठ, तिखट व काळा मसाला घालून दोन वाफा आणाव्या. वाटल्यास थोडे पाणी घालावे. शक्यतो कोरडीच शिजवणे उत्तम. नंतर गूळ घालावा. गूळ विरघळल्यावर डाळीचे पीठ घालून, ढवळून पाण्याचे हबके देऊन, शिजवून दोन वाफा आणाव्यात. छोट्या कढईत तेलाच्या फोडणीत लसूण व लाल मिरच्या घालून ही फोडणी भाजीवर ओतावी. अशा प्रकारे रानमेथीची घट्ट गोळा भाजी बनवावी.

रानमेथीची भाजी : पाककृती ३

साहित्य : रानमेथी, तुरीची डाळ, दाणेकूट, हिरव्या मिरच्यांची पेस्ट, तेल, डाळीचे पीठ, मोहरी, हळद, मीठ, लसूण, गूळ, चिंच इत्यादी (तूरडाळीऐवजी मूगडाळ, मसूरडाळ)

कृती : तेलाच्या फोडणीत लसूण परतवावा. रानमेथीची भाजी व तूरडाळ कुकरमध्ये शिजवून घोटून त्यात डाळीचे पीठ लावावे. फोडणीत भाजी घालावी. मिरची पेस्ट, मीठ, दाणेकूट, चिंच व गूळ घालून शिजवावी. भाजी फार घट्ट नसावी. गूळ किंचित जास्त घालावा.

रानमेथीची भाजी : पाककृती ४

साहित्य : रानमेथी, मसूरडाळ, शेंगदाणे, चिंचेचा कोळ + गूळ, मीठ, लाल मिरचीचे तुकडे, तेल, तूप, डाळीचे पीठ, जिरे, मोहरी, हिंग, हळद, कढीपत्ता इत्यादी

कृती : मसूरडाळ व शेंगदाणे भिजवावेत. रानमेथी, डाळ, शेंगदाणे वेगवेगळे कुकरमध्ये ठेवून शिजवावे. घोटून डाळीचे पीठ लावावे. चिंचकोळ घालून भरपूर उकळावे. मीठ घालावे. तेल व तूप एकत्र तापवून त्यात फोडणीचे साहित्य, मिरच्या व कढीपत्ता घालून फोडणी द्यावी. याप्रमाणे रानमेथीची पातळ भाजी तयार करता येईल.

वसु

शास्त्रीय नाव : *Trianthema portulacastrum* (ट्राएन्थेमा पोरच्युलेकास्ट्रम)

कुळ : Aizoaceae (आयझोएसी)

इंग्लिश नाव : डेझर्ट हॉर्स पर्सलेन (Desert Horse Purselen), ब्लॅक पीगवीड (Black Pigweed)

स्थानिक नावे : पांढरी वसु, श्वेत पुनर्नवा

हिंदी नाव : खाप्रा, विशकाप्रा

गुजराती नाव : श्वेत साटोडी

संस्कृत नाव : वसुक

वसु ही रोपवर्गीय वर्षायू जमिनीवर पसरत वाढणारी वनस्पती आहे. ही कोवळेपणी पुनर्नवासारखी दिसते, पण फुले पांढरी असल्याने तिला 'श्वेत पुनर्नवा' असेही म्हणतात.

ही वनस्पती साधारण मांसल, गुळगुळीत असते व जमिनीवर पसरत वाढते. वसु महाराष्ट्रात सर्वत्र ओसाड, पडीक जमिनीवर, शेतात, बागांमध्ये, रस्त्यांच्या कडेने वाढलेली दिसते. पावसाळ्यात हमखास आढळते. खोड मांसल, गोलाकार ते चौकोनी, नाजूक, पसरणारे, गुळगुळीत व भरपूर फांद्या असणारे. पाने साधी, समोरासमोर, साधारण मांसल, जोडीतील पाने विषम आकाराची, एक आकाराने मोठे २ ते ३.८ सें.मी. लांब व २ ते ३.२ सें.मी. रुंद, तर जोडीतील दुसरे पान ०.७ ते १.३ सें.मी. लांब व ०.६ ते ०.८ सें.मी. रुंद असते. जोडीतील मोठे पान गोलाकार तर लहान पान लांबट-गोलाकार. पाने गुळगुळीत व फिकट हिरव्या रंगाची. पानांचा देठ ०.९ ते १.२ सें.मी. लांब. लहान पानांचा देठ तळाकडे फुगीर व साधारण त्रिकोणी आकाराचा असतो. फुले लहान, नियमित, द्विलिंगी, देठरहित, त्रिकोणी, फुगीर देठाच्या बेचक्यातून एकांडी येतात. फुले पांढरी किंवा साधारण गुलाबी झाक असणारी. पुष्पकोश पाच दलांचा. पाकळ्या नाहीत. १० ते २० पुंकेसर, पुष्पकोशनळीच्या टोकांवर तयार होतात. बीजांडकोश एककप्पी, परागवाहिनी एक. फळ बोंडवर्गीय, पूर्णपणे पानाच्या त्रिकोणी फुगीर देठांनी झाकलेले. बिया ६ ते ८, काळसर, खडबडीत, मूत्रपिंडाच्या आकाराच्या. वसु पावसाच्या सुरुवातीस उगवते. जुलै ते ऑगस्ट महिन्यांत फुले येतात.

औषधी गुणधर्म

वसु ही वनस्पती शोथशामक औषधी म्हणून प्रसिद्ध आहे. वसुचे मूळ औषधात वापरतात. मूळ फिक्कट रंगाचे व पुष्कळ सुरकुत्या पडलेले असते. मूळ ताजेपणी जरा गोडसर, पण सुकल्यावर कडू आणि किळसवाणे असते. वसु तीव्र रेचक आहे.

वसुने आतड्यात तीव्र दाह निर्माण होतो. गरोदरपणात वसुचे मूळ देऊ नये. पोट साफ करण्यासाठी वसु देतात. यकृतातून रक्ताभिसरणास अडथळा होऊन उत्पन्न झालेल्या विकारात, मलावष्टभ, त्वचेच्या रोगांत आणि पांडुरोगात वसु गुणकारी आहे. रेच जास्त प्रमाणात झाल्यानंतर शरीरातील शोथ कमी होतो, म्हणून यकृत आणि प्लीहा यांच्या शोथात वसु ही औषधी उपयुक्त मानतात. कुपचनातून निर्माण झालेल्या शोथयुक्त दम्यात आणि गर्भाशयाच्या शोथामुळे तयार होणाऱ्या अनार्तवात वसुचा उपयोग करतात. औषधासाठी वसुच्या मुळाचे चूर्ण सुंठीबरोबर देतात. वसुची मोठी मात्रा न देता थोडी थोडी मात्रा दर तीन तासांनी देतात.

वसुच्या कोवळ्या पानांची भाजी करतात. वसुची भाजी दीपन, वातहर आणि कफघ्न आहे. वसुची भाजी खोकला व दमा या विकारांत उपयुक्त आहे. शरीरातील वात कमी करण्यासाठी या भाजीचा उपयोग होतो. यकृताचे विकार, त्वचारोग, कुपचन यांमध्ये वसुची भाजी अत्यंत गुणकारी आहे.

वसुची भाजी

साहित्य : वसुची कोवळी पाने देठासहित, चिरलेला कांदा, ठेचलेली लसूण, तेल, हिरवी चिरलेली मिरची, मीठ, हळद इत्यादी

कृती : भाजी स्वच्छ धुऊन चिरून घ्यावी. कढईत तेल घेऊन चिरलेला कांदा व ठेचलेली लसूण लालसर होईपर्यंत परतून घ्यावी. चिरलेली मिरची व भाजी घालून चांगली परतावी. हळद व चवीपुरते मीठ घालून झाकण ठेवावे व मंद आचेवर भाजी शिजवावी.

वसुचे पराठे

साहित्य : चिरलेली वसुची भाजी एक वाटी, हळद, लसूण, जिरे, हिरवी मिरची, मीठ, कोथिंबीर, गव्हाचे पीठ दोन वाट्या, तूप इत्यादी

कृती : वसुची भाजी स्वच्छ धुऊन निथळत ठेवावी. नंतर बारीक चिरून घ्यावी. लसूण, हिरवी मिरची, कोथिंबीर व मीठ यांची पेस्ट बनवावी. गव्हाच्या पिठाची कणीक मळताना ही पेस्ट व चिरलेली भाजी, जिरेपूड व हळद टाकावी. मळलेल्या कणकेचे छोटे छोटे गोळे करून, नंतर लाटून, पराठे तुपावर भाजावेत. गरम गरम पराठे चवदार लागतात.

वसु-मिश्र भाज्यांचे सूप

साहित्य : वसु, चाकवत, चंदनबटवा, चुका, घोळ, पुनर्नवा यांची पाने, सूप मसाला, पाणी इ. (सूप मसाला - सुंठ, मिरे, पिंपळी, जिरे, धने, लवंग, वेलची, दालचिनी समप्रमाणात घेऊन चूर्ण करावे.

कृती : सर्व भाज्या निवडून, धुऊन घ्याव्यात. भाज्यांच्या चौपट पाणी टाकून पातेलीत शिजवाव्यात. चांगल्या शिजल्यावर मिक्सरमध्ये सर्व मिश्रण एकजीव करावे. त्यानंतर परत एकदा गरम करावे व एका भांड्यात एक चमचा सूप मसाला टाकून चांगले हलवून सूप पिण्यास द्यावे.

वाघाटी

शास्त्रीय नाव	:	*capparis zeylanica* (कॅपेरिस झिलेनिका)
कुळ	:	Cappariaceae (कॅपेरिसी)
इंग्लिश नाव	:	Thorny Capper Brush (थॉर्नी कॅपर ब्रश)
स्थानिक नावे	:	गोविंद फळ, वाघोटी
हिंदी नाव	:	बगनाहा
गुजराती नाव	:	केरडा
संस्कृत नाव	:	व्याघ्रनखी

वाघाटी या वनस्पतीच्या मोठ्या झाळकट काटेरी वेली असतात. कोरड्या व दमट हवामानात जंगलात, डोंगर उतारावर, शेताच्या कुंपणावर वाघाटीच्या वेली सर्वत्र आढळतात.

खोड व फांद्या गोलाकार. फांद्या अनेक, पसरणाऱ्या, पांढऱ्या दाट लोमानी युक्त काटेरी. पाने साधी, एका आड एक, लांबट-गोल, ३.५ ते ६ सें.मी. लांब, २ ते ३.७ सें.मी. रुंद, टोकदार, वरून तकतकीत, खालील बाजू फिकट, लोमयुक्त. पानांवरील लोम दाट, पिवळसर - पांढरे. जोड उपपर्ण काटेरी. काटे टोकदार, वाकडे, चपटे, कठीण, जोडीने असतात. काटे वाघांच्या नळांसारखे असल्यानेच या वनस्पतीला 'वाघाटी', 'व्याघ्रनखी' अशी नावे पडली आहेत. पानांचे देठ १ ते १.२ सें. मी. लांब, लोमयुक्त.

फुले पांढरी, शोभिवंत, द्विलिंगी, नियमित, पानांच्या बगलेत एकांडी किंवा जोडीने येतात. फुले ३.७ ते ५ सें.मी. व्यासाची. फुलांचे देठ २.५ ते ५ सें.मी. लांब, लोमयुक्त.

पुष्पकोश चार दलांचा, साधारण अनियमित, लोमयुक्त. चार पाकळ्या मोकळ्या वरून केसाळ. पुंकेसर असंख्य, मोकळे, पाकळ्यांपेक्षा लांब, हिरवट-पांढरे पण लवकरच जांभळे होणारे. बीजांडकोश एक कप्पी. बीजांडकोशाचा देठ पुंकेसरांपेक्षा किंचित लांब. फळे लांबट-गोल, लिंबाच्या आकाराची, तांबूस, गरयुक्त. बिया अनेक, पावट्याएवढ्या, गरात लगडलेल्या. वाघाटीला फेब्रुवारी ते एप्रिल महिन्यात फुले येतात. वाघाटीच्या कोवळ्या फळांची भाजी करतात. वाघाटीचे मूळ, फळ व फळाचा गर औषधात वापरतात.

औषधी गुणधर्म

वाघाटी उष्ण, उत्तेजक, श्लेष्मघ्न, मूत्रजनन, शोथघ्न आणि कफघ्न आहे. वाघाटी पित्तशामक व वातहारक आहे. सुतिका ज्वरात वाघाटीचा काढा देतात. उष्णतेमुळे अंगावर गळवे उठतात, त्यावर वाघाटीचे मूळ पाण्यात उगाळून लेप करतात. नाडीव्रण व भगंदरात वाघाटीच्या तेलात वात भिजवून घालतात. त्यामुळे व्रण रुजून येतो. वाघाटीचे मूळ पाण्यात उगाळून समभाग तिळाच्या तेलात उकळतात व त्यापासून वाघाटीचे तेल बनवितात.

वाघाटी क्षयरोगावर अप्रतिम औषध आहे. मुलांच्या लाल स्त्रावावर वाघाटीचे मूळ उगळून पाजतात. वाघाटीचे फळ कफ, वायू व त्रिदोष यांचा नाश करते.

महाराष्ट्रात आषाढी एकादशीला वाघाटीच्या कोवळ्या फळांची भाजी करण्याची प्रथा आहे. क्षयरोग (टी.बी.) यावर वाघाटीच्या भाजीचा उपयोग होतो. लक्षणे कमी होऊन धातू पुष्ट होण्यास ही भाजी उपयोगी पडते. थायरॉईड ग्रंथीच्या कार्यात बिघाड झाल्याने उत्पन्न होणाऱ्या लक्षणात वाघाटी भाजीच्या सेवनाने फायदा होतो.

वाघाटीची भाजी

साहित्य : वाघाटीची कोवळी फळे, कांदा, जिरे, लसूण, हिंग, हळद, तेल इत्यादी

कृती : फळे स्वच्छ धुऊन घ्यावीत व बिया काढून टाकाव्यात. फळे बारीक चिरून घ्यावीत व पाण्यात शिजवावीत. गार झाल्यानंतर चिरलेली भाजी पिळून घ्यावी. कढईत तेल घालून नंतर त्यात कांदा, लसूण घालून ते चांगले भाजून घ्यावे. त्यामध्ये पिळून घातलेली भाजी घालून जिरे, हिंग व हळद घालून भाजी चांगली वाफवावी.

वायवर्णा

शास्त्रीय नाव	:	*Crataeva adansoni* (क्राटेवा ॲडनसोनी)
कुळ	:	Capparidaceae (कॅपरडिएसी)
इंग्लिश नाव	:	Holly Garter Pear (होली गार्टर पिअर)
स्थानिक नावे	:	वरुण, हाडवर्णा
हिंदी नाव	:	वरुण
गुजराती नाव	:	वायवरणो
संस्कृत नाव	:	वरुण

वायवर्णाचे पर्णझडी वृक्ष, नदी आणि नाल्यांच्या काठावर आढळतात. काही ठिकाणी मंदिराच्या आवारात या वृक्षांची लागवड करतात. काही शहरात वायवर्णाच्या वृक्षांची लागवड रस्त्यांच्या कडेलाही केलेली आढळते.

वायवर्णाच्या मोठाल्या वृक्षांचे खोड गोलाकार असून साल पांढरट रंगाची असते. फांद्या अनेक, पसरट, कोवळे भाग लोमयुक्त. पाने संयुक्त, त्रिदली, एकाआड एक. पानांचे देठ ७ ते ७.५ सें.मी. लांब. पर्णिका तीन, शंखाकृती, ५ ते १५ सें.मी. लांब व ३.० ते ६.५ सें.मी. रुंद, टोकदार. पर्णिकांचे देठ लहान. फुले पांढरी, मोठी, सुगंधी, फांद्यांच्या टोकांवर मोठ्या पुष्पसंभारात येतात. फुले द्विलिंगी, नियमित. पुष्पमुकुट चार दलांचा. पाकळ्या चार, पांढरट नंतर पिवळ्या होतात. पुंकेसर अनेक पाकळ्यांपेक्षा लांब. बीजांडकोश लांब देठावर, पुंकेसरापेक्षा साधारण लांब. बीजांडकोश एक कप्पी, बीजांडे अनेक. फुलांचे देठ २.५ ते ३.० सें.मी. लांब. फळे गोल, ३ ते ४ सें.मी. व्यासाची, पांढरी-पिवळट, गुळगुळीत. बिया अनेक. वायवर्णाची पाने वाळून गेल्यानंतर मार्च-एप्रिल महिन्यांत नवीन पालवी व फुले एकाच वेळी येतात. मे - जून पर्यंत फळे तयार होतात.

औषधी गुणधर्म

वायवर्णाची साल व पाने औषधात वापरतात. वायवर्णा कडू, दीपक, कोष्ठवात प्रशमक, पित्तसारक, आनुलोमिक, वातहर, मूत्रजनक, शोथघ्न व उष्ण आहे. सालीत 'सॅपोनीन' सारखे द्रव्य असते. सालीच्या अर्काने तेलाचे दुग्धीकरण होते. ही वनस्पती वायू, मूत्रघात, मूत्रखंड, गंडमाळ यावर उपयुक्त आहे. गालगुंडावर व गंडमाळावर वायवर्णाची साल व कांचनारची साल मध घालून देतात; तसेच तिचा लेप करतात. गालगुंडावर वायवर्णाची साल आणि पुनर्नवा समभाग घेऊन गळ्यावर

बांधल्यास सूज नाहीशी होते. व्रणशोथात वायवर्णाची साल पुनर्नवाबरोबर देतात.

अस्मरी, शर्करा, बस्तिशूळ आणि मूत्रकृच्छ यांसारख्या मूत्रेंद्रियांच्या रोगात वायवर्णाची साल वापरतात; आणि त्याबरोबर क्षार व मूत्रजनक औषधे देतात. मूतखड्यावर वायवर्णा, गोखरू व सुंठ समभाग घेऊन काढा करून त्यात यवक्षार व गूळ घालून द्यावा.

वातरोगावर वायवर्णाच्या पानांचा रस तूप घालून घ्यावा. पोटदुखी व कुपचनात पानांचा फांट देतात. ज्वरातील भ्रम उतरण्यास वायवर्णाची साल ठेचून डोक्यावर बांधतात.

वायवर्णाच्या कोवळ्या पानांची भाजी करण्याचा खेड्यापाड्यामध्ये प्रघात आहे. मूतखड्याचा त्रास होऊ नये म्हणून वायवर्णाची भाजी खातात. चरबी झडण्यास पानांची भाजी देतात. वातरोग्यांना वायवर्णाच्या पानांची भाजी अत्यंत उपयोगी आहे.

वजन अतिरिक्त वाढलेले असल्यास, पोटावर, मांडीवर चरबी जास्त वाढली असल्यास, या भाजीच्या नियमित सेवनाने चरबी झडून जाते व बांधा सुडौल होतो.

रक्तातील चरबी (कोलेस्टेरॉल) वाढलेली असल्यासही वायवर्णाच्या भाजीच्या सेवनाने गुण येतो. मूत्रपिंडाच्या काही विकारात पाय सुजतात, पायाची जळजळ होते. अशा प्रारंभिक अवस्थेत वायवर्णाच्या भाजीचा चांगला उपयोग दिसून येतो.

वायवर्णाची भाजी

साहित्य : वायवर्णाची कोवळी पाने, तूरडाळ, लसूण, हिंग, जिरे, तिखट, कांदा, मीठ, तेल, इत्यादी

कृती : तूरडाळ भिजवावी. पाने स्वच्छ धुऊन चिरून घ्यावीत. कढईत तेल टाकून चिरलेला कांदा चांगला परतून घ्यावा. नंतर त्यामध्ये चिरलेली भाजी, भिजवलेली तूरडाळ घालून भाजी परतून घ्यावी. थोड्यावेळाने त्यात लसूण, तिखट, मीठ, हिंग घालून चांगली वाफ देऊन झाकण ठेवून शिजवावी.

काही वेळा कृतीमध्ये बदल करून कढईत तेल टाकून त्यात चिरलेला कांदा, लसूण पाकळ्या व जिरे घालून हे मिश्रण चांगले भाजून घेऊन पुढील कृती वरीलप्रमाणे करावी.

शतावरी

शास्त्रीय नाव	:	*Asparagus racemosus* (ॲस्पेरॅगस रेसिमोसस्)
कुळ	:	Liliaceae (लिलिएसी)
इंग्लिश नाव	:	Wild Asparagus (वाईल्ड ॲस्पेरॅगस
स्थानिक नावे	:	शतावर, सतावरी, सशाची घोंगडी
हिंदी नावे	:	सतावरी, सतावर, सतमुली, सरनोई
गुजराती नावे	:	शतावरी, शतमुली
संस्कृत नावे	:	शतावरी, नारायणी, अतिरसा, स्वादूरस,शतवीर्या

शतावरी ही वनस्पती भारत, श्रीलंका, दक्षिण आफ्रिका, जावा, ऑस्ट्रेलिया या देशांत आढळते. ही वनस्पती उष्ण व समशीतोष्ण हवामानात समुद्रसपाटीपासून चार हजार फूट उंचीपर्यंत सर्वत्र आढळते. सह्याद्री, सातपुडा पर्वतरांगा, कोकणात शतावरीच्या वेली खडकाळ जमिनीवर, डोंगर उतारावर तसेच जंगलात आढळतात. शतावरी महाराष्ट्रात सर्वत्र आढळते.

शतावरीच्या पर्णहीन, काटेरी, बहुवर्षायु, झाळकट वेली असतात. खोड व फांद्या दोन प्रकारच्या. मोठ्या फांद्या लांब, अनेक पेरांच्या व गोलाकार असतात. या मोठ्या फांद्यांच्या प्रत्येक पेऱ्यावर लहान, हिरव्या, एकाच कांड्यांच्या, कोनयुक्त लहान फांद्या असतात, या पानांप्रमाणे दिसतात. त्यांना 'पर्णकांडे' म्हणतात. मोठ्या फांद्यांच्या पेरांवर टोकदार, वाकडे काटे असतात. ही वनस्पती आधारास गुंडाळून वर चढते आणि अनेक फांद्या तयार होऊन लहान काटेरी झुडूप तयार होते.

जमिनीखाली बुंध्याजवळ अनेक जाड मुळे झुपक्याने वाढतात. एका वेलीस अनेक मुळ्या फुटतात, म्हणूनच या वनस्पतीस 'शतमुळी' असेही म्हणतात. मुळ्या पसरत वाढणाऱ्या, बोटांसारख्या लांबट व जाड असतात. मुळांच्या वर पातळ, करड्या रंगाची साल असते. तसेच मुळांच्या मध्यभागी पिवळसर रंगाची टणक, लवचिक नार असते. औषधात मुळांचा वापर करताना साल व नार काढून टाकतात. फुले लहान, पांढरी, द्विलिंगी, नियमित, पेरांतील काट्यांच्या बेचक्यातून निघणाऱ्या लहान मंजिरीत येतात. पुष्पमंजिरी ५ ते १० सें.मी. लांब असतात. पाकळ्या सहा, पाकळ्या खालील बाजूस चिकटलेल्या. पुंकेसर सहा, पाकळ्यांच्या लांबीइतके. तीन कप्पी बीजांडकोश प्रत्येक कप्प्यात दोन बीजांडे. परागवाहिनी आखूड. परागधारिणी तीन भागात विभागलेली. फळे गोलाकार, लहान वाटाण्याएवढी, रसाळ, पिकल्यावर लालसर-तांबडी. बिया काळसर, बुळबुळीत. शतावरीला जून ते सप्टेंबर या कालावधीत फुले येतात.

औषधी गुणधर्म

शतावरी, बलवर्धक वनस्पती म्हणून प्रसिद्ध आहे. शतावरीच्या मुळ्या व कोवळे अंकुर औषधात वापरतात. शतावरीच्या मुळ्या गोड, स्निग्ध, शीतल, पचनास थोड्या जड, भूकवर्धक, आरोग्य पुनः स्थापक, दीपक, पौष्टिक, कामोत्तेजक, दुग्धवर्धक, आतड्यांना किंचित स्तंभक गुणधर्माच्या आहेत. दाह, पित्तप्रकोप, रक्त आणि डोळ्यांचे विकार, घशाच्या तक्रारी, क्षय, त्वचाविकार रातांधळेपणा यामध्ये शतावरी उपयुक्त आहे. ही वनस्पती बुद्धी आणि हृदयाला बल देणारी आहे. शतावरी आवरक्तात वापरतात. मूळ दुधात उगाळून भूकवर्धक म्हणून वापरतात.

शतावरी वात व पित्तनाशक आहे. डोळ्यांना हितकारक आहे. पित्तप्रकोप, कुपचन आणि जुलाब यामध्ये शतावरी मधातून देतात. वातरोगात, शतावरी मध, दूध व पिंपळीबरोबर देतात. शक्ती वाढवण्यासाठी शतावरीची दुधात पेज करून खडीसाखर व जिऱ्याबरोबर देतात. लघवी अडत असेल, दाह होत असेल, तर शतावरीचा रस दूध व साखर घालून देतात. मुतखड्यावर शतावरीचा रस सकाळ-संध्याकाळ सात दिवस द्यावा. मूत्राशयाच्या रोगांवर शतावरी उपयुक्त आहे. प्रदर रोगावर शतावरीचे चूर्ण दुधात उकळून देतात. शतावरीच्या मुळ्या वाटून पिंपळी, मध व दुधाबरोबर दिल्यास गर्भाशयाची पीडा कमी होते. मूत्राशयाच्या रोगांवर तसेच दूध वाढण्यासाठी, दुध सुटण्याकरिता शतावरी अत्यंत उपयुक्त आहे. शतावरीच्या तेलास 'नारायण तेल' म्हणतात, हे तेल सर्व प्रकारच्या वातावर गुणकारी आहे. नारायण तेल पोटात घेतल्यास ते अर्धांगवायू व संधिवातावर गुणकारी आहे. नारायण तेलाच्या बस्तीमुळे सर्व प्रकारचा वायू नाहीसा होतो.

स्त्रियांच्या आर्तव या रोगावर नारायण तेलाची बस्ती गुणकारी आहे. मातेचे दूध वाढवण्यासाठी ताजी मुळी दुधासोबत द्यावी. ताजी मुळी स्वच्छ धुऊन, नीट ठेचून दुधात उकळायची, गार झाल्यावर गाळलेले दूध दररोज घेतल्याने गर्भाची वाढ चांगली होते. शतावरीची मुळे गाई, म्हशींना दिल्यास, दूध वाढण्यास मदत होते.

शतावरीचे कोवळे अंकुर भाजी करण्यासाठी वापरतात. पावसाळ्याच्या सुरुवातीला शतावरीला जमिनीतून नवीन कोंब किंवा अंकुर येतात. त्याचाच आपल्या आहारात उपयोग करतात. वरचेवर मलावरोधाची, अजीर्णाची, गॅसेसची तक्रार असणाऱ्यांना ही भाजी अत्यंत उपयुक्त आहे. या भाजीने पोट साफ होऊन अन्नपचन नीट होते. शतावरीच्या कोंबात अतिशय कमी उष्मांक असतात, तसेच सोडिअमचे प्रमाण अत्यंत अल्प असते. यामध्ये मोठ्या प्रमाणात 'क' जीवनसत्त्व तसेच 'ब' आणि 'ई' जीवनसत्त्वे, बिटा कॅरोटिन, लोह, फॉस्फरस, पोटॅशिअम, मँगनीज तसेच मुबलक प्रमाणात कॅल्शिअम, मॅग्नेशिअम आणि जस्त असते.

या वनस्पतीच्या कोंबामध्ये क्रोमिअम असते, ज्यामुळे रक्तातील ग्लुकोज पेशींपर्यंत पोहोचवण्याची इन्शुलीनची क्षमता वाढते. कोंबामध्ये फोलेट, सेलेनिअम, सॅपोनिन्स तसेच फायटोन्युट्रिअन्टस असतात. यामुळे शरीरांतर्गत दाहावर इलाज होतो, तसेच कर्करोगालाही प्रतिबंध होतो. रक्तदाब

नियंत्रित होण्यास, रक्तातील साखरेची पातळी नियंत्रित होण्यासही त्यामुळे उपयोग होतो. शतावरी कोंबाच्या पौष्टिक गुणधर्मामुळे शरीरातील थकवा, अशक्तपणा कमी होण्यासाठी मदत होते.

शतावरीच्या अंकुर / कोंबांची भाजी

साहित्य : शतावरीचे कोवळे अंकुर, बटाटे, फोडणीचे साहित्य, लोणी, मीठ, मीरपूड इत्यादी.

कृती : प्रथम उकळत्या पाण्यात शतावरीचे कोंब शिजवावेत, मग जाड बुडाच्या पातेल्यात लोणी, बटाट्याच्या काचऱ्या, मीठ व मिरपूड भुरभुरवून नंतर शिजवलेल्या शतावरी कोंबांचा थर पसरावा. त्यावर पुन्हा मीठ, मिरपूड शिंपडावी. मग पुन्हा काचऱ्या व लोणी यांचा थर पसरवून झाकण ठेवावे व मंद गॅसवर भाजून घ्यावे.

शतावरी कोंबाची भाजी जास्त शिजवू नये, कारण त्यातील पोषणमूल्ये नष्ट होतात. विशेषतः 'ब' आणि 'क' जीवनसत्त्वे जास्त शिजवल्याने नष्ट होतात. शतावरीचे कोंब कच्चेही खातात, सॅलडचा एक घटक म्हणूनही वापरता येतात, तसेच वाफवूनही वापरता येतात.

शतावरीचे सूप

साहित्य : शतावरीचे कोवळे अंकुर/कोंब, बटाटा, आले, लवंगा, काळे जिरे, दालचिनी, कॉर्नफ्लोअर, दूध, मीठ, लोणी इत्यादी

पाककृती : कोंब स्वच्छ धुऊन घ्यावेत व नंतर बारीक चिरावेत. बटाटा स्वच्छ धुऊन चिरावा. आले बारीक चिरावे, सर्व एकत्र करावे. त्यात लवंगा, दालचिनी, मिरे घालावे. दोन कप पाणी घालून उकळावे. शिजल्यानंतर उतरवून गार झाल्यानंतर मिक्सरमधून काढावे, त्यात आणखी थोडे पाणी घालून चाळणीवरून गाळून घ्यावे. नंतर डावाने नीट घोटावे. दुधात कॉर्नफ्लोअर मिसळून ते सूपमध्ये घालावे. थोडे लोणी व मीठ घालावे. नंतर सूप चांगले उकळून घ्यावे. त्यात थोडे लोणी व ब्रेडचे तळलेले तुकडे घालावेत.

शिदोडी

शास्त्रीय नाव : *Holostemma ada-kodien* (होलोस्टिमा ॲडा-कोडिन)
कुळ : Asclepiadaceae (ॲस्कलपिडीएसी)
स्थानिक नावे : शिरदोडी, तुळतुळी, खानदोडकी
हिंदी नावे : अर्कपुष्पी, अर्कपर्णी.
संस्कृत नावे : जिवन्ती, क्षिरीणी

शिदोडी ही वनस्पती भारत व श्रीलंका या देशांत आढळते. हिमालयातील थंड भूप्रदेश वगळता ही वनस्पती भारतात सर्वत्र आढळते. प्रामुख्याने शिदोडीचे वेल पश्चिम द्विपकल्प व दख्खन भूप्रदेशात मुबलकपणे आढळतात. शिदोडी महाराष्ट्रात कोकण व पश्चिम घाट परिसरात तसेच मराठवाड्यातील सर्व जिल्ह्यांमध्ये आढळते.

शिदोडी ही मोठी, वेलवर्गीय वनस्पती असून, तिचे खोड आधाराला गुंडाळत वर चढते. फांद्या अनेक, गुळगुळीत व चकचकीत असतात. पाने साधी, समोरासमोर, थोडी जाडसर, लांबट अंडाकृती ७ ते १२.५ सें.मी. लांब, ५ ते ७.५ सें.मी. रुंद, वरील टोकाकडे निमुळती, खालील टोकाकडे हृदयाकृती, गुळगुळीत, चकचकीत, मागील बाजूस शिरा स्पष्टपणे ठळक व लोमश. पानांचा देठ २.५ ते ५ सें.मी. लांब. खोड, पाने व फुलांमध्ये पांढरा दुधी चिक असतो.

शिदोडीची फुले नियमित व द्विलिंगी असून सुवासिक असतात. फुले आकर्षक, आकाराने थोडी मोठी, लालसर-पांढऱ्या रंगाची, पानांच्या बेचक्यातून तयार होणाऱ्या छत्रीच्या आकाराच्या तुऱ्यांनी येतात. पुष्पमंजिरीच्या तुऱ्यांचा अक्ष व फुलांचे देठ २.५ ते ५ सें.मी. लांब असतात. पुष्पमुकुट पाच संयुक्त दलांचा बनलेला, दले फक्त तळांकडे चिकटलेली असतात. पाच पाकळ्या, एकमेकांस चिकटलेल्या, जाडसर, १.२ सें.मी. लांब, तळांकडे रुंद, टोकांकडे निमुळत्या. पुंकेसर पाच, एकमेकांस चिकटलेले, यापासून गोलाकार-पंचकोनी पुंकेसर स्तंभ तयार होतो. प्रत्येक कोनावर परागकणांच्या दोन फुफ्फुसांच्या आकारांच्या परागपिशव्या असतात. बीजांडकोश दोन, एकमेकांपासून अलग. परागवाहिन्या दोन, तळांकडे अलग. पण टोकाकडे एकमेकास चिकटलेल्या. परागधारिणी पंचकोनी, पुंकेसर स्तंभाच्या टोकांवर. बीजांडे अनेक. फळे पेटिका फलवर्गीय, १० ते १२ सें.मी. लांब, ०.५ ते ०.६ सें.मी. रुंद, लांबट-गोलाकार, टोकांकडे निमुळते. बिया अनेक, हलक्या, लंबगोलाकार ०.६ सें.मी. लांब, केसयुक्त, केस २.५ सें.मी. लांब. बियांचे प्रसारण हवेमार्फत, केसांच्या मदतीने होते. जुलै ते ऑगस्ट या कालावधीत शिदोडीला फुले येतात. शिदोडीची फुले रुईच्या फुलांसारखी दिसतात.

औषधी गुणधर्म

शिदोडीची मुळे व पाने औषधात वापरतात. हिची मुळे खडबडीत, उदी रंगाची व हलकी असून, मुळांची साल जाड असून, आतील भाग टणक असतो. शिदोडी स्नेहद, शीतल, मूत्रजनक व शोथघ्न गुणधर्मांची आहे. परमा रोगावरील उत्तम औषध म्हणून शिदोडी ही वनस्पती प्रसिद्ध आहे.

परम्यात शिदोडीच्या मुळांचा काढा जिरे, खडीसाखर आणि दूध घालून देतात. याने मूत्रनलिकेची जळजळ कमी होते, लघवी पुष्कळ सुटते आणि परमा धुऊन जातो. लघवीतून शुक्र (वीर्य) जात असेल तर, शिदोडीचे मूळ आणि पांढऱ्या सावरीचे मूळ दूध व साखरेबरोबर दोन वेळा देतात. शिदोडीची पाने ठेचून, तेलात मिसळून गळवावर बांधतात. ह्या लेपाने गळवाची तडतड कमी होते आणि ते लवकर पिकून फुटते, आणि फुटल्यानंतर जखम लवकर भरून येते. डोळेसुजीत मूळ पाण्यात उगाळून पापण्यांवर लावतात. अंडशोथात आणि खोकल्यात मुळांचा काढा देतात.

शिदोडीची मुळे शक्तिवर्धक आहेत. वाळलेल्या मुळांचे चूर्ण एक चमचा दुधातून, दिवसातून दोन वेळा शक्तिवर्धनासाठी घ्यावे. या वनस्पतीच्या ताज्या मुळांची चटणी एक - दोन चमचा दिवसातून दोन वेळा बाळंतिणीस दिल्यास दूध वाढण्यास मदत होते. शिदोडीच्या ताज्या मुळांची चटणी एक चमचा दिवसातून दोन वेळा घेतल्यास डोळ्यांची शक्ती वाढते. शिदोडीची फुले भाजी करण्यासाठी वापरतात. शिदोडीची फुले कच्चीही खातात.

शिदोडीच्या फुलांची भाजी

साहित्य : शिदोडीची फुले, चिरलेला कांदा व लसूण पाकळ्या, चिरलेली ओली मिरची, हिंग पावडर, जिरे, तेल इत्यादी

कृती : फुले स्वच्छ धुऊन चिरून घ्यावीत. कढईत तेल घेऊन तेलात कांदा, लसूण भाजून घ्यावेत. नंतर जिरे व चिमूटभर हिंग पावडर, तसेच चिरलेली ओली मिरची घालून सर्व मिश्रण चांगले भाजून, परतून घ्यावे. शेवटी चिरलेली फुले घालून सर्व भाजी परतावी व शिजवून घ्यावी. ओल्या मिरचीऐवजी लाल तिखट घालूनही भाजी बनवतात.

शेवगा

शास्त्रीय नाव	:	*Moringa oleifera* (मोरिंगा ओलिफिरा)
कुळ	:	Moringaceae (मोरिंगेसी)
इंग्लिश नाव	:	Horse Radish Tree (हार्स रॅडिश ट्री) Drumstick Tree (ड्रम स्टीक ट्री)
स्थानिक नावे	:	गोड शेवगा
हिंदी नावे	:	सोंजना, सैंजना
गुजराती नाव	:	सरगतो
संस्कृत नाव	:	शिवारु

शेवग्याच्या झाडाचे मूळ वसतिस्थान भारत, अरब राष्ट्रे व आफ्रिका या प्रदेशातील आहे. पश्चिम हिमालयाच्या शिवालिक पर्वतरांगांमधील उष्णप्रदेशीय पानझडी जंगलात शेवग्याची झाडे वन्यस्थितीत नैसर्गिकपणे वाढलेली आढळतात बाकी सर्व ठिकाणी भारतात सर्वत्र त्याची लागवड केली जाते. भारतात शेवग्याची दुसरी जात कोकणातील प्रामुख्याने उत्तर कोकणातील जंगलात वन्यस्थितीत आढळते. हा 'कोंकणी शेवगा' गुजरातमधील डांगपासून ते गोवा - कारवारपर्यंत तुरळक प्रमाणात जंगलात आढळतो.

शेवग्याचे मध्यम आकाराचे, अनियमित आकृतिबंधाचे झाड १० ते १२ मीटर उंचीपर्यंत वाढते. खोडाचा व्यास ३० ते ६० सें.मी. इतका असतो. साल १ ते २ सें.मी. जाड, मऊ, भुसभुशीत, पिवळसर करड्या रंगाची असून जुन्या खोडाची साल खडबडीत किंवा भेगाळलेली असते. फांद्या वेड्यावाकड्या वाढणाऱ्या, बऱ्याच वेळा तिरक्या किंवा उभ्या वर झेपावणाऱ्या. फांद्या कमकुवत, ठिसूळ, पोकळ, हलक्या, सहजपणे मोडून पडतात. लहान डहाळ्या नाजूक व हिरवट.

पाने एका आड एक, २५ ते ६० सें.मी. लांबीची, त्रिवार अथवा द्विवारदलित, पिच्छाकृती, संयुक्तपर्ण प्रकारची असतात. पर्णिका लहान, १ ते २ सें.मी. आकाराच्या, नाजूक, केशरहित, फिकट हिरव्या किंवा पोपटी रंगाच्या असतात. देठ तळाशी फुगीर असतो. हिवाळ्यात कमी-अधिक काळासाठी पानगळ होते आणि लगेच नवी पालवी येते. संपूर्ण झाडाला प्रामुख्याने पानांना एक प्रकारचा, काहीसा उग्र वास, दर्प जाणवतो.

फुले पिवळसर-पांढरी, फांद्यांच्या टोकाशी मोठ्या संयुक्त पुष्पमंजिरीत येतात. असमान आकाराच्या पाकळ्या पाच. पुंकेसर ५. बीजांडकोष एक कप्पी, ३ ते ६ कोनी. बीजांडे अनेक. फुलण्याचा सलग मोठा हंगाम जानेवारी ते एप्रिल असा असला तरी उर्वरित काळातही अधूनमधून शेवग्याची झाडे फुलत राहतात.

ज्यांना आपण शेवग्याच्या शेंगा म्हणतो, त्या शेंगा नसून बोंडवर्गीय फळे आहेत. फळे ३० ते ५० सें.मी. लांब, त्रिधारी, फुगीर आणि टोकदार. फळे कच्ची असताना हिरवी दिसतात, वाळल्यावर बदामी-तपकिरी होऊन तीन भागांत उकलतात. बिया १० ते १५, त्रिकोणाकृती, पंखधारी. बियांना इंग्रजीत 'बेन नट्स' म्हणतात.

शेवग्याची पाने, शेंगा व बिया वैशिष्ट्यपूर्ण आणि अलौकिक गुणधर्माच्या आहेत. पाने आणि शेंगांचे पोषणमूल्य अनन्यसाधारण असे आहे. यामध्ये दुधापेक्षा चौपट जास्त कॅल्शिअम, सहा-सात संत्र्यांमध्ये असेल तितके 'क' जीवनसत्त्व आणि तीन केळ्यांमध्ये असते तेवढे पोटॅशिअम असते. त्याचबरोबर लोह आणि प्रथिनेही असतात. शेवग्यात जंतुनाशक गुणधर्म आहेत आणि महत्त्वाची ग्लुकोसाईड्ससारखी औषधी द्रव्येही आहेत. शेवग्याचा उपयोग मधुमेह आणि उच्च रक्तदाब अशा विकारांवरील उपचारांसाठीही केला जातो.

बियांपासून काढलेले तेल (बेन ऑईल) फारच उपयोगी आणि किमती आहे. या तेलाचा उपयोग घड्याळांसारख्या नाजूक यंत्रांमध्ये, तसेच विमानातील यंत्रांमध्ये वंगण म्हणून करतात. शेवगाच्या बियांचे तेल साबण, सौंदर्यप्रसाधने आणि अत्तर व्यवसायातही वापरतात. बियांची पूड हा पाणी शुद्ध करण्यासाठी वापरण्याजोगा साधा स्वस्त आणि परिणामकारक पर्याय आहे.

शेवग्याचे लाकूड हलके व ठिसूळ असल्यामुळे इमारती लाकूड म्हणून निरूपयोगी आहे; कापड उद्योगात किरकोळ उपयोगासाठी ते वापरतात. वृत्तपत्रीय कागद तयार करण्यासाठी शेवग्याचे लाकूड वापरले जाते. पाल्याचा उपयोग जनावरांना चारा म्हणून होतो. शेवग्याच्या बिया सहज रुजतात आणि झाडे अतिशय भरभर वाढतात. तीन - चार वर्षांत छोटा वृक्ष तयार होऊन तो फुलू-फळू लागतो. सर्व प्रकारच्या जमिनीत व कोणत्याही हवामानात शेवग्याचे वृक्ष वाढू शकतात.

औषधी गुणधर्म

शेवगा या वनस्पतीचे मूळ, पाने, फुले, फळे आणि बिया औषधी गुणधर्माच्या आहेत. मुळाची ताजी साल कटू, तिखट, उष्ण, रुचिकर, दीपन, पाचन, उत्तेजक, कोष्ठवातप्रशमन, वातहर, स्वेदजनन, कफहर व व्रणदोषनाशक आहे. शेवग्याच्या पाचक क्रियेमुळे अन्न पचते, आतड्यास उत्तेजन मिळते आणि शौचास साफ होते. शेवगा मज्जातंतू व हृदयास उत्तेजक आहे. शेवग्याची मूत्रपिंडावर उत्तेजक क्रिया घडते आणि लघवीचे प्रमाण वाढते.

अग्निमांद्य, कुपचन, पोटशूळ या विकारात शेवग्याची साल देतात. ज्वरांत शेवगा उपयुक्त आहे. कफज्वरात सालीचा रस द्यावा. व्रणशोथावर साल उगाळून लेप करतात, आणि पोटातही देतात. घशाच्या शिथिलतेत फांटाने गुळण्या करतात. सांध्यावरील सूज व अंगदुखीत सालीचे कवळ बांधतात. बेशुद्ध माणसास शुद्धीवर आणण्यासाठी बियांची पूड नाकात घालतात. बियांचे चूर्ण, कटू, तीक्ष्ण, उत्तेजक आणि दाहजनक आहे. मज्जातंतुव्यूहाच्या रोगांत सालीचा अंगरस देतात. पक्षाघातातही सालीचा अंगरस देतात. बियांचे तेल आमवातात आणि वातरक्तांत चोळतात.

मुळांचा रस किंवा मुळाच्या सालीचा काढा दमा, संधिवात, प्लीहा व यकृतवृद्धी, आतील दाहशोथ आणि मूतखडा यात उपयोगी आहे. मुळाच्या सालीचा रस कानदुखीत कानात घालतात. मुळाच्या सालीचा काढा अंगग्राहात शेक म्हणून वापरतात. साल नारूसाठी उपयुक्त आहे. पानांची पिष्टी लसूण, हळद, मीठ आणि मिऱ्यांबरोबर कुत्रा चावण्यावर पोटातून व बाह्य उपाय म्हणून वापरतात. शेंगा आतड्यांच्या कृमींना प्रतिबंधक आहेत. मानेतील क्षयज ग्रंथी आणि तोतरेपणा यावर शेवगा गुणकारी आहे. घशाचा व छातीचा दाह, श्वासनलिका दाह, मूळव्याध या विकारांवरही शेवगा उपयुक्त आहे. शेवग्याची फुले, आणि पाने कृमिनाशक, कफोत्सर्जक, वायुनाशी असून पित्तप्रकोप आणि श्वासनलिका दाह यात गुणकारी आहेत.

शेवग्याच्या शेंगा घालून केलेली कढी, भाजी, आमटी तसेच पिठले हे पदार्थ प्रसिद्ध आहेतच पण शेंगाबरोबरच शेवग्याच्या पानांची, कोवळ्या शेंड्यांची व फुलांचीही भाजी करतात. शेवग्याच्या पानांत 'अ, ब, क' जीवनसत्त्वे, तसेच कॅल्शिअम, फॉस्फरस, आयर्न, आयोडिन ही खनिजद्रव्ये, प्रथिने, सारक तंतुमय पदार्थ हे अन्नपदार्थ मुबलक प्रमाणात आहेत. पानांच्या भाजीमुळे सूज, जंत, गळू हे आजार कमी होतात. या भाजीमुळे पचनसंस्थेचे विकार बरे होण्यास मदत होते.

उन्हाळा संपून पावसाळा सुरू झाला, की वातावरणात खूप बदल होतात. गरम झालेली जमीन पावसाच्या सरीने गार होते, आणि वातावरणात गारवा निर्माण होतो. मग यावेळी सर्दी, खोकला, ताप, डोके व अंगदुखीसारखे किरकोळ आजार होतात. पावसाळ्यामध्ये क्षारधर्म कमी होऊन आम्लधर्माची सुरुवात अचानकपणे सुरू होते. त्यामुळे अशा शारीरिक तक्रारी उद्‌भवतात.

अशा वेळी शरीरस्वास्थ्यासाठी आपण काय करायचे, हे सर्वप्रथम आयुर्वेद सांगतो. पावसाळ्यात निर्माण होणाऱ्या आम्लतेचा परिणाम शरीरावर होऊ नये म्हणून, क्षारधर्म असलेल्या शेवग्याच्या पानांची भाजी पावसाळ्याच्या सुरुवातीस व पावसाळ्यात खावी हा आयुर्वेदातील सिध्दान्त आहे. त्यामुळे पावसाळ्यातील आम्लतेचा परिणाम शरीरावर होत नाही. आयुर्वेदशास्त्राचा हा सिद्धान्त सांगून कोणी ऐकणार नाही, म्हणून भारतीय संस्कृतीमध्ये रूढी किंवा चालीरीतीमध्ये मृग नक्षत्र सुरु होण्याच्या दिवशी शेवग्याच्या पानांची भाजी खावी, असा अलिखित नियम करून तो समाजामध्ये रूढ केला. म्हणूनच आजही ७ जून रोजी शेवग्याच्या पानांची भाजी सर्व घरांमध्ये केली जाते. शेवग्याचा पाला फक्त ६ व ७ जून या दोनच दिवशी बाजारात विकावयास येतो. इतर दिवशी मात्र आपल्या अवतीभोवती प्रचंड वाढ असणाऱ्या शेवग्याच्या पाल्याकडे दुर्दैवाने कोणी पाहतही नाही.

शेवग्याच्या कोवळ्या पानांच्या भाजीने आतड्यांना उत्तेजना मिळून शौचास साफ होते. त्यामुळे जठराचा कर्करोग टाळण्यासाठी या भाजीचा उपयोग होतो. आधुनिक शास्त्रानुसार शेवग्याच्या पानांत टेरिगोस्परमीन (pterygospermin) नावाचे कार्यकारी तत्त्व असते, जे जीवाणू प्रतिबंधक म्हणून कार्य करते, त्यामुळे आतड्यांतील व्रणास कारणीभूत असणाऱ्या H.pylori या जीवाणूवर त्याचे कार्य होते व आतड्यातील व्रण भरून येण्यास मदत होते.

हायपोथॉयरॉयडिझम या विकारात चयापचय क्रियेमध्ये बिघाड होतो व हाडे ठिसूळ होणे, आळस, वजन जास्त वाढणे आदी लक्षणे निर्माण होतात. या अवस्थेत शेवग्याच्या पानांच्या भाजीचा वरचेवर वापर केल्याने ही सर्व लक्षणे कमी होण्यास मदत होते. धकाधकीच्या जीवनात येणारा शारीरिक व

मानसिक थकवा, जडपणा या भाजीने कमी होतो. शेवग्याचा पाला रक्तवर्धक व हाडांना बळकटी देणारा आहे. सर्व प्रकारच्या नेत्ररोगांमध्ये शेवग्याच्या पानांची भाजी लाभदायक ठरते. शेवग्याच्या फुलांची भाजी ही संधिवातासाठी हितावह आहे, तसेच शेंगाची भाजीसुद्धा स्नायूवात, संधिवातासाठी तसेच कृमिनाशक म्हणून उपयोगी आहे.

शेवग्याची पाने वातविकारावर, गॅस धरणे, अपचन यासाठी उपयुक्त आहेत. शेवगा पाने जंतुनाशक आहेत. मोठ्या आजारपणानंतर येणारा थकवा, प्रकृती व भूक सुधारण्यास शेवग्याची पाने उपयोगी आहेत. पचनाच्या व मूत्रमार्गाच्या तक्रारी या पानांनी दूर होतात. साहजिकच, एक परिपूर्ण भाजी म्हणून शेवग्याच्या पानांच्या भाजीकडे आपण पाहिले पाहिजे.

शेवग्याच्या पानांची भाजी : पाककृती १

साहित्य : शेवग्याचा कोवळा पाला, लसणाच्या पाकळ्या, जिरे, हिरव्या मिरच्या, मुगाची डाळ, तेल, मीठ, फोडणीचे साहित्य.

कृती : शेवगा पाला स्वच्छ धुऊन निथळून घ्यावा, नंतर पाने चिरून घ्यावीत. मूगडाळ एक तास आधी धुऊन भिजत ठेवावी व नंतर निथळून घ्यावी. हिरव्या मिरच्या, लसूण, जिरे वाटून घ्यावे. फोडणी करून त्यात वरील वाटण घालावे. ते खमंग परतल्यावर त्यात डाळ घालावी व परतावी. परतल्यानंतर त्यात चिरलेली भाजी घालावी. मीठ घालून झाकण ठेवून मोकळी शिजू द्यावी. शेवग्याचा पाला काहीसा तुरट-कडवट चवीचा असतो; पण भाजी केल्यावर चविष्ट लागते.

शेवग्याच्या पानांची भाजी : पाककृती २

साहित्य : शेवग्याची पाने, कांदा, डाळीचे पीठ, तिखट, मीठ, गुळ, खोबरे, तेल इत्यादी

कृती : बारीक कोवळी पाने धुऊन घ्यावीत. फोडणीत कांदा चांगला परतून त्यावर शेवग्याचा पाला चुरून टाकावा. पाण्याचे हबके मारावेत. त्यात तिखट, मीठ, गूळ घालून थोडा रस सुटू द्यावा. पाने अर्धवट शिजली की वरून थोडे डाळीचे पीठ वा भाजणी घालून मंद आचेवर परतवणे. कोरडी वाटल्यास पुन्हा थोडा पाण्याचा हबका मारावा. आवडत असल्यास चिंचेचे पाणी मारावे. कोथिंबीर, खोबरे घालून पुन्हा भाजी परतून घ्यावी. कडेने दोन चमचे तेल सोडावे. निवळल्यावर भाजी मोकळी होईल.

शेवग्याच्या पानाच्या वड्या

साहित्य : शेवग्याचा पाला, हरभरा डाळीचे पीठ, तांदूळ पीठ, ओवा, हिरवी मिरची पेस्ट, मीठ, हळद, तेल, दही इत्यादी

कृती : शेवगा पाला, बेसन, तांदूळ पीठ, ओवा, हिरवी मिरची पेस्ट, मीठ, हळद व तेल एकत्र करावे. दही घालून, भिजवून तेलाचा हात लावलेल्या थाळीत थापावे. कुकरमध्ये वाफवून वड्या थंड करून कापाव्यात किंवा तव्यात तेल घालून तळाव्या, किंवा फोडणीत परताव्या. वरून खोबरे, कोथिंबीर टाकावी.

शेवग्याच्या पानांची भजी

साहित्य : शेवग्याची चिरलेली पाने, कांदा पात व कांदा चिरलेला, डाळीचे पीठ, तांदूळ पीठ, ओवापूड, तिखट, मीठ, हळद, हिंग, तेल इत्यादी

कृती : चिरलेली पाने, कांदापात, कांदा, ओवा, तिखट, मीठ, हळद व तांदूळ पीठ एकत्र करावे, त्यात डाळीचे पीठ घालावे. गरम मोहन व पाणी घालून पीठ फेसावे. नंतर छोटी छोटी भजी तेलात तळावी.

शेवग्याच्या पानांच्या टिकीया

साहित्य : शेवग्याची पाने (ताजी फुले मिळाल्यास घालावी) तांदूळ पीठ, चणाडाळीचे पीठ, तिखट, हळद, गरम मसाला, नारळाचे बारीक काप, काजूचे कूट, मीठ, चिंच, तेल, रवा इत्यादी

कृती : चिंच पाण्यात भिजवावी. तेल वगळून इतर साहित्य एकत्र भिजवावे. पीठ खूप घट्ट वा पातळ नको, त्या अंदाजाने तांदूळ पीठ व बेसन घालावे. चपट्या टिकीया रव्यात घोळवून शॅलो फ्राय कराव्या.

शेवग्याच्या पानांचे सूप

साहित्य : शेवग्याची कोवळी पाने, डाळीचे पाणी, व्हेजिटेबल स्टॉक, मिरेपूड, कांदा, लसूण, मीठ, लोणी इत्यादी

कृती : शेवगा पाला धुऊन लोण्यावर परतावा. लसूण व कांदा घालावे, नंतर मिक्सरमध्ये वाटावे. डाळ शिजवलेले पाणी (घोटून ठेवण्यापूर्वीचे पाणी) व व्हेजिटेबल स्टॉक घालून उकळावे. मीठ घालून उतरवावे. नंतर मिरेपूड घालून वाढावे.

शेवग्याच्या पानांचा झुणका

साहित्य : शेवग्याची पाने, कांदे, हरभरा डाळीचे पीठ, तेल, तिखट, मीठ, फोडणीचे साहित्य, चिंच इ.

कृती : शेवग्याची पाने, कांदा बारीक चिरावा. त्यामध्ये पीठ, हळद, मीठ घालून एकजीव करावे. एक तास अगोदर चिंच भिजत घालून अर्धा कप पाण्यात हाताने कुस्करावी. जिरे-मोहरीची फोडणी करावी. त्यात कांदा घालावा, नंतर एकजीव केलेले मिश्रण घालावे. त्यावर चिंचेचे पाणी शिंपडावे. अलगद सर्व एकत्र करून मंद आचेवर पाच मिनिटे झाकण ठेवून झुणका वाफवावा. पुन्हा पाच मिनिटे, हलवून, झाकण न ठेवता वाफवावा.

शेवग्याच्या पानांची पातळ भाजी

साहित्य : शेवग्याची कोवळी पाने, पालकची बारीक चिरलेली पाने, मसूर डाळ, भिजवलेले हिरवे मूग, बारीक चिरलेला कांदा व टोमॅटो, चिरलेल्या हिरव्या मिरच्या, आल्याची पेस्ट, लसूण पेस्ट, तिखट, धणे पावडर, हळद, गरम मसाला, मोहरी, जिरे, हिंग, कणीक, मीठ, तेल इत्यादी

कृती : मसूर डाळ, मूग एक तास भिजवून घ्यावे. प्रेशर कुकर गरम करावा, त्यात एक चमचा तेल घालावे. मोहरी व जिरे घालून फोडणी करावी. कांदा घालून परतावा. नंतर टोमॅटोचे तुकडे, इतर मसाल्याचे साहित्य, मीठ, डाळी व पाने घालावीत. कुकरचे झाकण लावून दोन शिट्ट्यांवर शिजवून घ्यावे. कुकर थंड झाल्यावर त्यात कणीक व पाणी मिसळावे. रवीने घुसळून घ्यावे. पुन्हा शिजवावे. हिंग, आले-लसूण पेस्ट घालून ढवळावे. पाणी हवे असल्यास घालावे व पुन्हा आचेवर ठेवून ढवळावे.

शेवग्याच्या पानांचे थालीपीठ

साहित्य : शेवग्याची पाने, मीठ, ज्वारीचे, डाळीचे पीठ, कणीक, हिरव्या मिरच्या, आले, लसूण, तेल इत्यादी.

कृती : मिरच्या, आले, लसूण वाटून घ्यावे. थोड्या तेलावर शेवग्याचा चिरलेला पाला परतवून एक वाफ आणावी. नंतर त्यात इतर सर्व वस्तू मिसळून पीठ भिजवावे. उथळ तव्यास तेल लावून त्यावर थालीपीठे लावून भाजावी.

शेवग्याच्या फुलांचा पुलाव

साहित्य : तांदूळ, शेवग्याची चिरलेली पाने, चिरलेला कांदा, हिरव्या मिरच्या, कोथिंबीर, आले, लसूण, तेल, मोहरी, हळद, मीठ इत्यादी.

कृती : मिरची, कोथिंबीर, आले, लसूण वाटून घ्यावे. तांदूळ पाण्यात एक तास भिजवून निथळून घ्यावे. तेलात, फोडणीत कांदा, वाटण, पाने परतून घ्यावी. तेल सुटू लागल्यावर तांदूळ परतावे. पाणी उकळून घालावे, मीठ घालून ढवळावे. नंतर झाकण ठेवून वाफ आणावी.

शेवग्याच्या फुलांची भाजी

साहित्य : शेवग्याची ताजी फुले, मूगडाळ, कांदा, तेल, फोडणीचे साहित्य, मीठ, तिखट, गूळ इत्यादी

कृती : शेवग्याची फुले धुऊन बारीक चिरावी. फोडणीत भिजवलेली मूगडाळ, बारीक चिरलेला कांदा परतून त्यावर चिरलेली फुले टाकून परतावी. भाजी शिजत आली की मीठ, तिखट, गूळ, खोबरे घालून तीन-चार वाफा घ्याव्यात. कांदा आवडीनुसार घालावा.

शेवग्याच्या फुलांचे भरीत

साहित्य : उकडलेली शेवग्याची फुले, दही, मीठ, साखर, हिरव्या मिरच्या, कोथिंबीर, तूप, जिरे इत्यादी

कृती : उकडलेल्या फुलांमध्ये मीठ, साखर घालावी. दही व कोथिंबीर घालून वरून फोडणी द्यावी. फोडणीत मिरचीचे तुकडे घालावेत. आवश्यक असल्यास थोडे वाफवावे.

शेवग्याच्या शेंगांची सुकी भाजी

साहित्य : शेवग्याच्या शेंगा, भाजणी किंवा भगरा पीठ, गूळ, चिंच, तिखट, गोडा मसाला, धणे व जिऱ्याची पूड, खोबरे इत्यादी.

कृती : शेंगांचे चार इंचाचे तुकडे करून पाण्यात ठेवावे. तेलात हिंग, मोहरीच्या फोडणीवर ते परतून घ्यावे. वाटीभर पाणी घालावे. त्यामध्ये तिखट, मीठ टाकावे. एका पातेल्यात भाजणी किंवा भगरा पीठ घेऊन त्यात थोडे मीठ, गूळ, चिंचेचा कोळ, तिखट, मसाला, धणे - जिरेपूड सर्व घालून कालवावे. शेंगा मऊसर झाल्यानंतर कालवलेले पीठ त्यावर ओतून, परतवून चांगल्या वाफा आणाव्यात. ओले खोबरे, कोथिंबीर पेरून परतावी व झाकण ठेऊन मंद आचेवर ठेवावी.

शेवग्याच्या शेंगांची रस्सा भाजी

साहित्य : शेवग्याच्या शेंगा, टोमॅटो, ओले वाटाणे, कांदा, लसूण, सुके खोबरे, धणे, लाल मिरच्या, तेल, मसाला, हळद, कोथिंबीर, आले, फोडणीचे साहित्य इत्यादी

कृती : शेंगांचे चार-चार इंचांचे तुकडे करून सोलून घ्यावेत. गॅसवर अर्धा लिटर गरम पाण्यात अर्धा चमचा मीठ टाकावे. त्यात शेंगा व वाटाणे टाकून अर्धवट शिजवून घ्यावेत. इतर मसाला भाजून मिक्सरवर बारीक करून फोडणीसाठी तयार करावा. मसाल्याला तेल सुटल्यावर उकडलेल्या शेंगा, टोमॅटो, वाटाणे, मीठ, कोथिंबीर टाकून मंद आचेवर भाजी शिजवावी.

शेवळा

शास्त्रीय नाव	:	*Amorphophallus commutatus* (अ‍ॅमोरपोफॅलस कम्युट्यॅटस)
कुळ	:	*Araceae* (अ‍ॅरेसी)
इंग्लिश नाव	:	Elephant Foot Yam (एलिफंट फूट याम) Dragon Stock Yam (ड्रॅगन स्टॉक याम)
स्थानिक नावे	:	रानसुरण, जंगली सुरण, अरण्यसुरण
हिंदी नाव	:	वनसुरण
संस्कृत नावे	:	मोगरी कंद, वज्रकंद

शेवळा ही वनस्पती केरळ, कर्नाटक, गोवा, महाराष्ट्र, गुजरात या राज्यांमधील जंगलात आढळते. शेवळा वनस्पती कोकण, पश्चिम महाराष्ट्र व अकोला येथील जंगलात वाढलेली आढळते.

शेवळा ही कंदवर्गीय वनस्पती आहे. ही वर्षायू रोपवर्गीय वनस्पती असून जमिनीत कंद असतो. कंद गोलाकार-चपटा किंवा गोलाकार-उभट, १० ते १२ सें.मी. व्यासाचा व ४ ते ५ सें.मी. उंचीचा असतो. कंद गडद करड्या किंवा तांबूस-करड्या रंगाचा असतो. कंदावरची साल काढून, तुकडे करून ते सुकवतात. तुकडे दोरीत ओवून 'मदनमस्त' या नावाने बाजारात विकतात. हे तुकडे उदी रंगाचे, सुरकुतलेले असून त्यावर पुळ्या असतात. पाण्यात भिजवल्यावर हे तुकडे फुगतात, नरम होतात. त्यांची रुची पिठूस, जरा कडू व तिखट असते. पावसाळ्यात जमिनीत असणाऱ्या कंदापासून एक पान तयार होते. पानाचा देठ ६० ते ८० सें.मी. लांब व १.८ ते २.२ सें.मी. रुंदीचा असतो. देठाचा वरील भाग निमुळता. देठ भरीव व त्वचेवर काळसर-गडद हिरवे डाग असतात. देठाच्या टोकांवर त्रिविभागी संयुक्त पान असते. या पानांचा गोलाकार घेर ६० ते ७० सें.मी. इतका असतो. पर्णिका १२.५ ते ५ सें.मी. आकाराची, पसरट. कंदापासून पान तयार होण्यापूर्वी एक ते दीड महिना अगोदर मे महिन्यात शेवळा वनस्पतीला कंदापासून पुष्पमंजिरी तयार होते. या वनस्पतीची मंजिरी लंबगोलाकार आकाराची असते. पुष्पमंजिरीचा देठ ३० ते ९० सें.मी. लांब व १.८ ते २.२ सें.मी.रुंद असतो व त्याच्या त्वचेवर गडद हिरवे डाग असतात किंवा संपूर्ण त्वचा काळसर-तपकिरी रंगाची असते.

पुष्पदांड्याच्या टोकावर १५ सें.मी. ते २५ सें.मी.लांब व ५ ते १२.५ रुंद, टोकाकडे निमुळते होणारे जांभळट-तपकिरी रंगाचे जाड आवरण असते. आवरणाच्या आतील बाजूस गुलाबी-पांढरट रंगाच्या पुष्पदांड्यावर लहान, देठरहित नर व मादी फुले असतात. नर फुले तपकिरी, जांभळट रंगाची, वरील बाजूस दोन ते चार पुंकेसर. मादी फुले लालसर-तांबूस रंगाची. बीजांडकोश एककप्पी. फळे लहान, गोलाकार, लालसर, गुच्छाने पुष्पदांड्याच्या टोकांवर येतात. लाल रंगाची एक गोलाकार बी. शेवळ्याला मे-जून महिन्यात फुले येतात, त्यावेळी पाने नसतात. फुलांना मांस कुजल्यासारखा अत्यंत घाणेरडा वास येतो.

औषधी गुणधर्म

शेवळ्याचा कंद औषधात वापरतात. याच्या कंदाची पेज दूध आणि साखरेबरोबर वाजीकरणासाठी देतात. यामुळे मूत्रमार्गास उत्तेजन येते. शेवळ्याचे कंद व कोवळी पाने भाजीसाठी वापरतात. शेवळा थोडा खाजरा असतो, म्हणून सोबत काकड (Garuga pinnata) या वनस्पतीची आंबट फळे घालतात. काकड फळांचा रस काढतात, यामुळे भाजी खाजत नाही. फळे आवळ्यासारखी दिसतात.

शेवळ्याच्या कंदाची भाजी : पाककृती १

साहित्य : शेवळ्याचे कंद, काकड फळे, चिरलेला कांदा, तिखट, हळद, लसूण पाकळ्या, हरभऱ्याच्या डाळीचा भरडा, तेल, मीठ, चिंच, गरम मसाला, कोथिंबीर इत्यादी.

कृती : हरभऱ्याची डाळ थोडी गुलाबी रंग येईपर्यंत भाजून मिक्सरवर जरासा जाडसर त्याचा भरडा करावा. प्रथम शेवळ कंदावरची साल काढून त्याचा देठाकडचा केशरी रंगाचा भाग काढून टाकावा. कंदाचे चिरून बारीक तुकडे करावेत व ते स्वच्छ धुऊन घ्यावेत. बारीक चिरलेली भाजी तेलावर परतून घ्यावी. काकड फळांतील बिया काढून टाकून फळांचा रस काढावा. तेलावर बारीक चिरलेला कांदा, लसूण फोडणीला घालावा. फोडणी परतून घेऊन त्यावर हळद, तिखट, गरम मसाला घालून परतावे. मीठ व काकडचा रस घालावा. दोन चमचे चिंचेचा कोळ घालून थोडी वाफ आल्यावर डाळीचा भरडा घालून चांगले परतावे. चांगली वाफ येऊ द्यावी, म्हणजे भरडा थोडा सुका होतो व शिजतो. भाजी शिजल्यावर वरून कोथिंबीर घालावी. (कोळंबी किंवा खिमा घालूनही भाजी करता येते.)

शेवळ्याच्या कंदाची भाजी : पाककृती २

साहित्य : शेवळाचे कंद, काकड फळे, शेंगदाणे, हरभरा डाळ, चिंचेचा कोळ, डाळीचे पीठ, गूळ, तिखट, मीठ, काळा मसाला, ओले खोबरे, हिंग, मोहरी, हळद इत्यादी.

कृती : शेंगदाणे व हरभऱ्याची डाळ दोन तास भिजत ठेवावी. कंदावरील साल काढून, कंदाचे चिरून तुकडे करावे व पाण्याने धुऊन घ्यावे, शिजल्यानंतर पाणी बाजूला करून भाजी घोटून घ्यावी. थोडे डाळीचे पीठ घाला, त्यात भाजीचे पाणी चिंचेचा कोळ, गूळ, तिखट, मीठ, काळा मसाला घालून पळीवाढी भाजी करावी. ओले खोबरे घालावे व वरून हिंग, मोहरी, हळद घालून फोडणी द्यावी.

शेवळ्याच्या पानांची भाजी

साहित्य : शेवळ्याची कोवळी पाने, मूगडाळ, लाल मिरच्या, आमसूल, दाणेकूट, नारळचव, गूळ, मीठ, तेल, हिंग, मोहरी, हळद, तिखट इत्यादी

कृती : शेवळ्याची कोवळी पाने धुऊन बारीक चिरावी. आमसुले पाण्यात भिजत ठेवावी. तेलाच्या फोडणीत लाल मिरच्या व मूगडाळ घालावी. थोड्या वेळाने चिरलेली पाने घालावी, नंतर आमसुलाचा कोळ घालावा. मीठ, तिखट, गूळ घालून भाजी शिजवावी, नंतर दाणेकूट व नारळचव घालावा.

सुईची भाजी

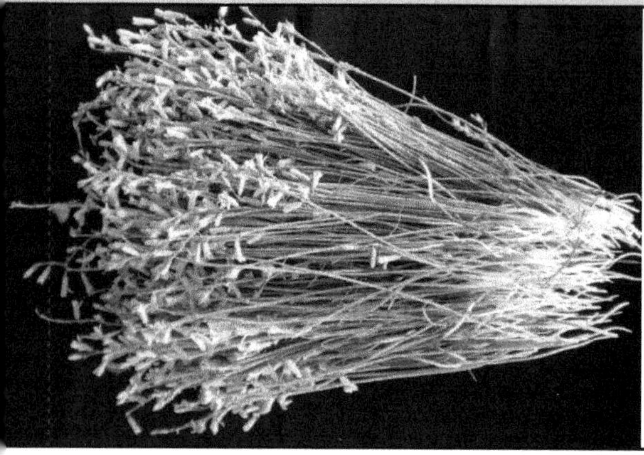

शास्त्रीय नाव	:	*Dipcadi minor* (डिपकॅडी मायनर) *Dipcadi montanum* (डिपकॅडी मोनट्यॉनम)
कुळ	:	*Liliaceae* (लिलिएसी)
इंग्लिश नाव	:	Wild Garlic (वाईल्ड गॅरलिक)
स्थानिक नावे	:	जंगली लसूण, रान लसूण
हिंदी नाव	:	बनलस्सण
गुजराती नाव	:	बनलसण

सुईची भाजी ही वनस्पती पावसाळ्यात कोकण व पश्चिम घाट परिसरात प्रामुख्याने आढळते. मराठवाडा व खानदेश विभागातही सुईची भाजी काही प्रमाणात आढळते. ही वनस्पती प्रामुख्याने दगडी पठारांवर, सड्यांवर वाढते. या वनस्पतीच्या अनेक प्रजाती आहेत, पण वरील दोन प्रजातींचा रानभाजी म्हणून वापर करतात. यातील 'मायनर' या प्रजातीची पाने व फुले तुलनेने 'मोनट्यॉनम' या प्रजातीपेक्षा लहान असतात, बाकी सर्व गुणधर्म समान असतात.

ही वनस्पती कंदवर्गीय, वर्षायू रोपवर्गीय असून २० ते २५ सें.मी. उंच वाढते. या वनस्पतीला जमिनीत लसणीच्या आकाराचा कांद्यासारखा कंद असतो. पाने साधी, कंदाच्या टोकांवर वर्तुळाकार रचनेत येतात. पाने ८ ते १२ सें.मी. लांब, अरुंद, गोलाकार चपटी. कंदाच्या टोकांवर २० ते २५ सें.मी. पुष्पमंजिरीचा दांडा तयार होतो. पुष्पमंजिरीच्या टोकांवर ८ ते १२ फुले तयार होतात.

फुले नियमित, द्विलिंगी, पांढऱ्या अथवा धुरकट पांढऱ्या रंगाची. सहा पाकळ्या, बाहेरील बाजूस तीन व आतील बाजूस ३, एकमेकास चिकटलेल्या. पुंकेसर सहा, खालील बाजूस पाकळ्यांना चिकटलेले. बीजांडकोश गोलाकार, तीन विभागी, परागवाहिनी एक, जाडसर, परागधारिणी तीन. फळे गोलाकार, बोंडवर्गीय, तीन कप्पी, बिया काळसर, गोलाकार, चपट्या.

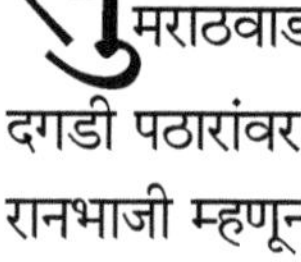

औषधी गुणधर्म

या वनस्पतीचे कंद शक्तिवर्धक औषध म्हणून वापरण्याची प्रथा आहे. मान्सूनचा पाऊस सुरू झाल्याबरोबर आठ-दहा दिवसांतच जमिनीत असणाऱ्या कंदातून पुष्पमंजिरीचा नाजूक दांडा बाहेर येतो. हा दांडा सुईसारखा दिसतो व त्याचा भाजी करण्यासाठी वापर करतात, म्हणूनच या वनस्पतीला

'सुईची भाजी' असे म्हणतात. कोकण व पश्चिम घाट परिसरात ही भाजी प्रसिद्ध असून लोक अगदी आवडीने खातात. कुपचन व शौचास साफ होण्यासाठी ही भाजी उपयुक्त मानतात.

सुईच्या भाजी

साहित्य : सुईच्या भाजीचे कोवळे पुष्पमंजिरीचे दांडे, चिरलेला कांदा, लसूण पाकळ्या चिरलेल्या, हिरवी मिरची, तेल, मीठ इत्यादी

कृती : भाजी स्वच्छ धुऊन, बारीक चिरून घ्यावी. कढईत तेल घेऊन कांदा-लसणाची फोडणी द्यावी, नंतर मिरची परतून घ्यावी. चिरलेली भाजी फोडणीत टाकून नंतर चवीपुरते मीठ घालून, परतून घ्यावी व शिजवून घ्यावी. ही भाजी मूगडाळ, तांदळाच्या कण्या घालूनही करता येते.

सुरण

शास्त्रीय नाव	:	*Amorphophallus paeoniifolius* (ॲमोरपोफॅलस पेईओनिफोलिएस)
कुळ	:	Araceae (ॲरेएसी)
इंग्लिश नाव	:	Elephant Foot (एलिफंट फूट)
स्थानिक नावे	:	सुरण
हिंदी नाव	:	जिमीकंद
संस्कृत नावे	:	अर्शघ्न, कंदक, कंदवर्धन, वातरी
गुजराती नावे	:	शुरण, सुरण

सुरण ही कंदवर्गीय वनस्पती भारत व श्रीलंका येथे आढळते. ही वनस्पती भारतात प्रामुख्याने दक्षिण भारत, गुजरात, मध्य प्रदेश, उत्तर प्रदेश या ठिकाणी आढळते. सुरण ही वनस्पती महाराष्ट्रात कोकण, अमरावती, नागपूर, पुणे, सातारा, सांगली, कोल्हापूर या ठिकाणी जंगलात नैसर्गिकपणे वाढलेली आढळते. ही वनस्पती जंगलात रस्त्यांच्या कडेने, मोठ्या झाडांच्या सावलीत, नद्यांच्या काठांवर वाढते. अनेक ठिकाणी शेतात सुरणाची लागवडही करतात.

सुरण ही कंदवर्गीय वनस्पती आहे. या रोपवर्गीय वनस्पतीचा कंद जमिनीत असतो. कंद अनेक वर्षे जमिनीत असतो. दरवर्षी पावसाळ्याच्या सुरुवातीस कंदापासून पुष्पमंजिरीचा दांडा तयार होतो. परागीभवनानंतर फलधारणा होऊन पुष्पमंजिरीच्या दांड्यावर फळे तयार होतात. फळे तयार होताना किंवा तयार झाल्यानंतर कंदापासून पान तयार होते. कंदाचा आकार गोलाकार-चपटा असतो. कंद साधारणपणे २० ते २५ सें.मी. व्यासाचा आणि ४ ते ६ सें.मी. उंचीचा असतो. कंद गडद करड्या रंगाचा असतो. फळे तयार झाल्यानंतर, पावसाळ्यात कंदापासून जमिनीवर एक पान तयार होते. पानाचा देठ ६०-९० सें.मी. लांब, गोलाकार, १ सें.मी. व्यासाचा, ताठपणे सरळ वाढतो. देठाचा वरील भाग निमुळता. देठ भरीव त्वचेवर काळसर गडद हिरवे डाग असतात. देठाच्या टोकावर त्रिविभागी संयुक्त पान असते. या पानांचा गोलाकार घेर ६० ते ९० सें.मी. असतो. पर्णिका गडद हिरव्या, ५ ते १२.५ सें.मी. लांब, पसरट वाढणाऱ्या अनेक विभागी. कंदापासून पान तयार होण्यापूर्वी एक-दीड महिना अगोदर, जून महिन्याच्या अगदी सुरुवातीस सुरणाच्या कंदापासून पुष्पमंजिरी तयार होते. पुष्पमंजिरीचा देठ आखूड, पण भरीव असतो; फलधारणेनंतर देठ उंचीने वाढतो. पुष्पमंजिरीच्या दांड्यावर १५ ते २५ सें.मी. रुंद व १२.५ ते २० सें.मी. लांब, टोकाकडे निमुळते होणारे जांभळट-तपकिरी किंवा गुलाबी-जांभळट-हिरव्या रंगाचे जाड आवरण असते. या आवरणाच्या कडा दुमडलेल्या असतात. पिवळसर-करड्या रंगाच्या पुष्पदांड्यावर लहान, देठविरहित नर व मादी फुले असतात. नर फुलांचा पुष्पदांडा ७.५ सें.मी. लांब व २.५ ते ५ सें.मी. व्यासाचा असतो.

नरफुले पिवळसर रंगाची. दोन ते चार पुंकेसर, मादीफुलांचा पुष्पदांडा ७.५ सें.मी. लांब व ६.२ सें.मी. व्यासाचा, तळाजवळ असतो. मादी फुले गडद जांभळट-तपकिरी रंगाची. बीजांडकोश एक ते चार कप्पी, गोलाकार, परागवाहिनी १.२ सें.मी. लांब, परागधारिणी दोन ते तीन विभागी, गोलाकार. फळे लहान, गोलाकार, लालसर गुच्छाने पुष्पदांड्याच्या टोकावर येतात. दोन ते तीन बिया, लंबगोलाकार, लालसर. सुरणला जून महिन्यात फुले येतात. फुलांना मांस कुजल्यासारखा अत्यंत घाणेरडा वास येतो.

औषधी गुणधर्म

सुरणाचे कंद व मुळे औषधात वापरतात. सुरण रूक्ष, तुरट, तिखट, दीपक गुणधर्माची आहे. सुरण भूक व चव वाढवते. दमा, श्वासनलिकेचा दाह, वांती, पोटदुखी, मूळव्याध, रक्तविकार, हत्तीरोग यात सुरण वनस्पती उपयुक्त आहे. सुरणाचा ताजा कंद क्रियाशील व उद्दीपक कफोत्सारक आहे. पुनःबलस्थापित करण्याची क्षमता कंदात आहे. मूळव्याधीत उपयुक्त आहे. सुरणात 'अ', 'ब' तसेच 'क' ही जीवनसत्त्वे आहेत. सुरणाचा कंद लोणच्याच्या स्वरूपात वायुनाशी समजला जातो. आर्तवजनक म्हणून सुरणाच्या मुळांचा वापर करतात. सुरणाच्या बिया वाटून बाहेरून लावल्यास संधिवातातील दुखणे व सूज कमी करतात. आयुर्वेदिक औषधांमध्ये सुरणाच्या कंदाची पावडर मोठ्या प्रमाणात वापरतात. सुरणाच्या कंदाची व पानांची भाजी करतात. कंदवर्गीय भाज्यांमध्ये सुरणाच्या कंदाची भाजी सर्वश्रेष्ठ मानतात. ही भाजी मूळव्याधीसाठी खूपच गुणावह आहे. सुरण कंदाच्या भाजीने यकृताची क्रिया सुधारते आणि शौचास साफ होते. यामुळे बद्धकोष्ठता कमी होते. सुरणाच्या भाजीमुळे मूळव्याधीत रक्त तुंबून राहत नाही. अर्शांतील रक्तवाहिन्यांचे संकोचन होते, म्हणून रक्त वाहणाऱ्या अर्श रोगांत सुरण फार हितावह आहे. आतड्याच्या रोगांत सुरणाची भाजी गुणकारी आहे.

सुरणाच्या कंदाची भाजी : पाककृती १

साहित्य : अर्धा किलो सुरणाचा कंद, आमसुले किंवा चिंच, तिखट, मीठ, साखर किंवा गूळ, तेल, दाणेकूट, कोथिंबीर, जिरे, मोहरी इत्यादी.

कृती : कंद स्वच्छ धुऊन तुकडे करावेत. आमसुले पाण्यात भिजवून त्याच पाण्यात सुरणाचे तुकडे उकडून घ्यावेत. तेल तापवून फोडणी करावी. सुरणाचे लहान तुकडे करून त्यात घालावेत. नंतर तिखट, मीठ घालून एक उकळी फुटली की त्यात गूळ, दाणेकूट व कोथिंबीर घालावी.

सुरणाच्या कंदाची भाजी : पाककृती २

साहित्य : कंदाच्या उभ्या लांबट फोडी, बारीक चिरलेला कांदा, आले-लसूण-मिरची पेस्ट, धणे - जिरेपूड, लवंगा, तमालपत्र, दालचिनी, वेलची, तेल, कोथिंबीर, तिखट, मीठ, साखर, चिंचेचा कोळ, इत्यादी

कृती : सुरण कंदाच्या फोडी, चिंचेचा कोळ घालून उकडून घ्याव्यात. लवंगा, दालचिनी, वेलचीची पूड करून घ्यावी. कढईत तेल घालून तमालपत्र फोडणीत घालावे. चिरलेला कांदा घालावा. आले-लसूण-मिरची पेस्ट घालावी व चांगले परतावे. नंतर तिखट, मीठ, धणे - जिरे पूड घालून परतावे. सुरणाच्या फोडी निथळून घालाव्यात. पाणी घालावे. रस्सा चांगला उकळू द्यावा. दालचिनी-लवंग पूड व थोडी साखर घालावी. नंतर कोथिंबीर घालावी.

सुरणाच्या पानांची भाजी

साहित्य : सुरणाचा पाला, आमसुले किंवा चिंच, मूगडाळ, लाल मिरची, दाणेकूट, नारळचव, मीठ, गूळ, तेल, मोहरी, हिंग इत्यादी

कृती : सुरणाचा पाला पाण्याने स्वच्छ धुऊन चिरून घ्यावा. नंतर आमसुले कोळून ते पाणी चिरलेल्या भाजीवर शिंपडावे. कढईत तेल घेऊन फोडणीत लाल मिरचीचे तुकडे व भिजवलेली मूगडाळ घालून परतावी. नंतर सुरणाचा पाला घालून दोन वाफा घ्याव्यात. मग तिखट, मीठ, दाणेकूट घालावे. शेवटी गूळ घालून नारळचव घालावा.

सुरणाचे काप

साहित्य : सुरणाचा कंद, चिंचेचे पाणी, तांदूळपिठी, डाळीचे पीठ, जिरेपूड, मीठ, तिखट, हळद, साखर, तेल इत्यादी

कृती : कंदाची साल काढून चौकोनी पातळ काप करावेत. काप चिंचेच्या पाण्यात वीस मिनिटे बुडवून ठेवावेत. डाळीचे पीठ, तांदळाचे पीठ, मीठ, तिखट एकत्र करून घोळवावे. थोडी साखरही घालावी. सुरणाचे काप निथळून वरील पिठात घोळवावेत व ते काप खोलगट तव्यावर थोड्या थोड्या तेलावर दोन्ही बाजूंनी खमंग फ्राय करावेत.

सुरणाचे कटलेट्स

साहित्य : सुरण कंद, चिंच, बटाटे, दाणेकूट, आले, ओली मिरची पेस्ट, तेल, तीळ, साखर, मीठ, कोथिंबीर.

कृती : सुरणाचा कंद कापून तुकडे करून ते चिंचेच्या पाण्यात चांगले वाफवून घ्यावेत. बटाटे उकडून घ्यावेत. उकडलेले सुरण व बटाटे कुस्करून त्यात मीठ, साखर आले-मिरची पेस्ट, कोथिंबीर, दाणेकूट एकत्र मळून घ्यावे. मिश्रणाच्या लहान गोलाकार चकत्या तयार करून त्या तिळात घोळवून तव्यावर तेलात, सोनेरी होईपर्यंत भाजून घ्याव्यात. तयार झालेले कटलेट्स दही व हिरव्या मिरचीच्या चटणी बरोबर खावेत.

हादगा

शास्त्रीय नाव : *Sesbania grandiflora* (सेस्बॅनिया ग्रॅन्डिफ्लोरा)

कुळ : Fabaceae (फॅबेसी)

स्थानिक नावे : अगस्ता

हिंदी नाव : बक

गुजराती नाव : अगथीयो

संस्कृत नाव : अगस्त्य

हादग्याच्या लहान वृक्षांची लागवड मंदिर परिसरात, तसेच शेतात बांधावर करतात. हादग्याचा वृक्ष ३० फुटांपर्यंत सरळसोट वाढतो. हा वृक्ष जलद वाढतो. पण त्याचे आयुष्यमान कमी असते. खोड व फांद्या नाजूक व ठिसूळ. फांद्या खोडाच्या वरील भागात पसरणाऱ्या व खाली झुकलेल्या असतात.

हादग्याची पाने संयुक्त, एकाआड एक, १५ ते ३० सें.मी. लांब, पर्णिकेच्या १० ते ३० जोड्या, लंबगोलाकार. फुले आकारांनी मोठी, अनियमित, द्विलिंगी, पांढरी, पिवळट-पांढरी किंवा लालसर रंगाची, पानांच्या बेचक्यातून येणाऱ्या लहान पुष्पमंजिरीत येतात. पुष्पकोश पाच संयुक्त दलांनी बनलेला. पाकळ्या पाच, असमान व अनियमित असतात. मोठी पाकळी ६ ते १० सें.मी. लांब, दोन पाकळ्या मध्यम आकाराच्या व दोन पाकळ्या लहान, तळाशी साधारण चिकटलेली. दहा पुंकेसर, एकमेकांस चिकटून दोन पुंकेसर नलिका तयार होतात. बीजांडकोष लंबगोलाकार, चपटा, एक कप्पी. शेंगा फूटभर लांब, चारकोनी. बिया १५ ते २०, तपकिरी रंगाच्या. हादग्याला सप्टेंबर ते जानेवारी महिन्यात फुले व फळे येतात. फुलांची व कोवळ्या शेंगांची भाजी करतात.

औषधी गुणधर्म

हादग्याच्या खोडाची साल, पाने व मूळ औषधात वापरतात. साल फार ग्राही आहे. पाने आनुलोमिक व शिरोविरेचक आहेत. मूळ उष्णवीर्य, वातहर, कफघ्न व शोथघ्न आहे. फुले दीपन व आनुलोमिक आहेत.

अनार्तवात फुलांची भाजी उपयुक्त आहे. फुफ्फुस सुजून ज्वर, कफ ही चिन्हे असतात, अशा वेळी हादग्याच्या मुळाची साल विड्याच्या पानांतून किंवा तिचा अंगरस मधाबरोबर देतात, त्यानंतर

घाम येतो व कफ पडावयास लागतो. पाने ठेचून व्रणावर बांधल्यास त्याची शुद्धी व रोपण होते. ज्वर, डोळेदुखी, धुंदी यामध्ये पानांच्या रसाचे नस्य करतात. त्याने पुष्कळ पाणी वाहते. ठेचाळलेल्या भागावर पानांचा लेप करतात. दृष्टी कमी झाल्यास फुलांचा रस डोळ्यांत घालतात. संधिशोथात मुळाचा लेप करतात.

हादग्याची फुले चवीला थोडी कडवट, तुरट असतात. त्याचा पाक तिखट असतो. फुले गुणाने थंड आहेत, त्यामुळे त्रिदोषांपैकी वातदोष कमी होण्याकरिता तसेच कफ व पित्तदोषही साम्यावस्थेत आणण्यासाठी हादग्याच्या फुलांच्या भाजीचा चांगला उपयोग होतो. चार-चार दिवसांनी थंडी वाजून येणाऱ्या तापावर हादग्याच्या फुलांची भाजी उपयुक्त आहे. वरचेवर होणाऱ्या सर्दीचा त्रास या भाजीच्या तिखट गुणधर्माने कमी होतो. भूक लागत नसल्यास, पोट साफ होत नसल्यासही हादग्याच्या भाजीने चांगला गुण येतो.

ज्या स्त्रियांची पाळी अनियमित होते, अंगावरून कमी जाते, पाळीच्या दिवसात कंबर, ओटीपोट दुखते, अशा तक्रारी या भाजीच्या सेवनाने कमी होतात. 'अ' या जीवनसत्त्वाअभावी रातांधळेपणा निर्माण होतो. यामध्ये रोग्यास संध्याकाळ झाली, की दिसावयाचे कमी होते किंवा पूर्णपणे बंद होते या भाजीचे नियमित सेवन केल्यास रुग्णाचा त्रास कमी होतो. हादग्याच्या फुलांच्या भाजीने जेवणात रुची निर्माण होतात. शेंगांचीही भाजी करतात.

हादग्याच्या फुलांची भाजी

साहित्य : हादग्याची फुले, कांदा, लसूण, ओली मिरची, हिंग, जिरे, तेल इ.

कृती : फुले स्वच्छ धुऊन चिरून घ्यावीत. कढईत तेल घेऊन चिरलेला कांदा त्यात परतून घेणे. नंतर त्यामध्ये लसूण, जिरे, हिंग पावडर, ओली मिरची घालून परतणे आणि नंतर चिरलेली भाजी घालून परतणे व शिजवून घेणे.

हादग्याच्या फुलांचे भरीत : पाककृती १

साहित्य : हादग्याची फुले, दही, मीठ, साखर, हिरवी मिरची, कोथिंबीर, तूप, जिरे इत्यादी

कृती : प्रथम फुले चिरून उकडून घ्यावीत. फुलांमध्ये मीठ, साखर घालावी व वरून फोडणी द्यावी. फोडणीत मिरची तुकडे घालावेत.

हादग्याच्या फुलांचे भरीत : पाककृती २

साहित्य : हादग्याची फुले, भिजवलेली मूग डाळ, कांदा, तेल, फोडणीचे साहित्य, मीठ, गूळ, तिखट, भाजलेले खोबरे व खसखस इत्यादी

कृती : फुले स्वच्छ धुऊन ती बारीक चिरावीत. फोडणीत भिजवलेली मूग डाळ, चिरलेला कांदा चांगला परतून घ्यावा. नंतर त्यावर चिरलेली फुले टाकून परतावीत. शिजत आल्यानंतर मीठ, गूळ, तिखट, खोबरे घालून तीन-चार वाफा आणाव्यात. कांदा आवडीनुसार घालावा. तयार झालेल्या भाजीत भाजलेले खोबरे व थोडी भाजलेली खसखस घालावी.

हीच भाजी शिजवल्यानंतर वरून थोडे डाळीचे पीठ लावून जरा परतवूनही तयार करतात.

हादग्याच्या फुलांच्या देठाचे सांडगे

साहित्य : हादग्याच्या फुलांचे देठ, दही, धणे - जिरेपूड, मीठ इत्यादी

कृती : हादग्याच्या फुलांचे देठ काढावेत. या देठांचे सांडगे छान होतात. आंबट दह्यात धणे - जिरेपूड व मीठ घालून ते चांगले कालवावेत. त्यात देठे बुडवून ती उन्हात वाळवावीत. पुन्हा दोन दिवसांनी तशीच दोन वेळा पुटे घ्यावीत व ती कडक वाळवून तळण्यासाठी वापरावीत. या फुलांची भजीही करतात.

हादग्याच्या शेंगांची भाजी

साहित्य : हादग्याच्या कोवळ्या शेंगा, चिरलेला कांदा, तेल, मीठ, तिखट, ओले खोबरे, कोथिंबीर इत्यादी

कृती : कोवळ्या शेंगांचे लहान तुकडे करावेत, ते नीट निवडावेत. कढईत तेल घेऊन त्यात चिरलेला कांदा चांगला भाजून घ्यावा. निवडलेल्या शेंगांचे तुकडे, मीठ, तिखट घालावे व परतावेत. आवश्यकतेप्रमाणे पाणी घालवून शिजवावे, गरज वाटल्यास मसाला घालावा. भाजी तयार झाल्यानंतर त्यावर किसलेले ओले खोबरे व कोथिंबीर घालावी.

डॉ. मधुकर बाचुळकर - चोळेकर

एम.एस्सी. (वनस्पती शास्त्र प्लान्ट फिजॉलॉजी), पीएच.डी. (वनस्पती शास्त्र - अँजिओस्पर्म टेक्नॉलॉजी)
प्राचार्य, श्री. विजयसिंह यादव कॉलेज, पेठवडगांव, कोल्हापूर

- ३८ वर्षे शिक्षण क्षेत्रात, २३ वर्षे संशोधन क्षेत्रात कार्यरत
- शिवाजी विद्यापीठ, कोल्हापूर, यशवंतराव चव्हाण महाराष्ट्र मुक्त विद्यापीठ, नाशिक व सिक्कीम मणिपाल विद्यापीठ, गंगटोक यांची संशोधन मार्गदर्शक म्हणून मान्यता. सहा विद्यार्थ्यांना पीएच.डी. साठी मार्गदर्शन
- युजीसी, एमओईएफ, डब्ल्यूडब्ल्यूएफ, शिवाजी विद्यापीठ, वनविभाग, महाराष्ट्र शासन अनुदानित आठ मेजर व मायनर रिसर्च प्रोजेक्ट्स पूर्ण
- राष्ट्रीय/आंतरराष्ट्रीय जर्नल्समध्ये ६४ रिसर्च पेपर प्रकाशित
- सुमारे २०० राष्ट्रीय/आंतरराष्ट्रीय परिषदांना उपस्थिती; रिसोर्स पर्सन म्हणून व्याख्याने व रिसर्च पेपर सादर; २० राष्ट्रीय/आंतरराष्ट्रीय परिषदांचे आयोजन
- इंडियन असोसिएशन ऑफ अँजिओस्पर्म टेक्नॉलॉजी, कालिकत विद्यापीठ, कालिकत असोसिएशन फॉर प्लान्ट टेक्नॉलॉजी, बॉटनीकल सर्वे ऑफ इंडिया, कोलकाता, ऑर्किड सोसायटी ऑफ इंडिया पंजाब विद्यापीठ, चंदीगढ आदी राष्ट्रीय शैक्षणिक संस्थांचे आजीव सभासद
- वनस्पतीशास्त्र, आयुर्वेद, पर्यावरण शास्त्र व शेतीशास्त्र विषयावरील १६ पुस्तके प्रकाशित; विविध वर्तमानपत्रे, मासिके व नियतकालिकांमधून सातत्यपूर्वक लेखन; विविध रेडिओ व टी.व्ही. वाहिन्यांवरून मुलाखती व भाषणे प्रसारित
- पर्यावरण संरक्षण-संवर्धनासाठीच्या वैचारिक चळवळींमध्ये सहभाग; प्रदूषण व पर्यावरणाचा ऱ्हास याबाबत शास्त्रीय बाबींवर आधारित यशस्वी न्यायालयीन लढे. पर्यावरण, जैवविविधता, औषधी वनस्पती संरक्षण व संवर्धनाबाबत जनजागृतीसाठी, शाळा, कॉलेज व सेवाभावी संस्थांमध्ये हजाराहून अधिक व्याख्याने; कार्यशाळा, निसर्ग शिबिरे, मेळावे, निसर्ग सहली आदी उपक्रमांचे आयोजन
- वनस्पती व जैवविविधता तज्ज्ञ तसेच पर्यावरण तज्ज्ञ म्हणून महाराष्ट्र शासन व शिवाजी विद्यापीठाच्या विविध समित्यांवर नियुक्ती; कुमार विज्ञान विश्वकोष व पश्चिम घाट नैसर्गिक जागतिक वारसास्थळ प्रस्तावाचा सहलेखक म्हणून कामकाज
- निसर्गमित्र, कोल्हापूर या पर्यावरण संरक्षण - संवर्धन विषयक कार्य करणाऱ्या सेवाभावी संस्थेचा अध्यक्ष, तसेच अंकुर चॅरिटेबल असोसिएशन, कोल्हापूर या आयुर्वेद प्रसार व प्रचार विषयक कार्य करणाऱ्या सेवाभावी संस्थेचा उपाध्यक्ष म्हणून कार्यरत
- शैक्षणिक व सामाजिक कार्याबाबत अनेक राष्ट्रीय-आंतरराष्ट्रीय पुरस्कार; काही प्रमुख पुढीलप्रमाणे :
  १) मॅन ऑफ द इअर ॲवार्ड, अमेरिकन बायोग्राफिकल इन्स्टिट्यूट, नॉर्थ केरोलिना, यु.एस.ए (२०००)
  २) आदर्श गुणवंत शिक्षक पुरस्कार, शिवाजी विद्यापीठ, कोल्हापूर (२००३)
  ३) डॉ. अनिता अवचट संघर्ष सन्मान पुरस्कार, मुक्तांगण मित्र, पुणे (२००६)
  ४) निसर्ग सेवक पुरस्कार, निसर्ग सेवक, पुणे (२००९)
  ५) बेस्ट सिटिझन ऑफ इंडिया ॲवार्ड, इंटरनॅशनल पब्लिशिंग हाऊस, नवी दिल्ली (२०११)
  ६) वसुंधरा सन्मान पुरस्कार, किर्लोस्कर इंजिन्स व जाइंट्स ग्रुप, दौंड (२०१२)
  ७) सह्याद्री टायगर कन्झर्वेशन ॲवार्ड, टायगर कॉन्झर्वेशन ॲण्ड रिसर्च सेंटर, मुंबई (२०१३)
  ८) डॉ. वा. द. वर्तक वनमित्र पुरस्कार, वैद्य खडीवाले वैद्यक संशोधन संस्था, पुणे (२०१४)

अळू

आघाडा

आंबाडा

आंबुशी

उंबर

कपाळफोडी

कमळकाकडी

करमळ

करटोली

करवंद

कांडवेल

काटेकोळसुंदा

काटेमाठ

कुडा

कुरडू

केना

गोखरू

गोजिभ

गुळवेल

घेटुळी

घोटवेल

घोळ

चंदन बटवा

चिवळ

चुका

झारसी

टाकळा

टाकळी

तांदुळजा

दिंडा

नळीची भाजी

नाल

नावूळी

नेपती

पाथरी

पानांचा ओवा

पिंपळ

पेंढर

फणस

फांजी

बांबू

भारंगी

भोकर

भुईआवळी

मोरशेंड

मायाळू

मोहोर

राजगिरा

रानमेथी

वसु

वाघाटी

वायवर्णा

शतावरी

शिदोडी

शेवगा

सुईची भाजी

शेवळा

सुरण

हादगा